SÁCH NẤU ĂN BẰNG THẺ VÀ ĐĨA CHARCUTERIE

100 Công thức nấu ăn với các món phết, thịt ướp muối, pho mát và hơn thế nữa

Bách Hoà

MỤC LỤC

GIỚI THIỆU

Chào mừng bạn đến với thế giới giải trí đầy phong cách và chăn thả ngon lành—một thế giới nơi những tấm ván và đĩa ăn làm từ thịt nướng chiếm vị trí trung tâm, quyến rũ du khách bằng sự sắp xếp đầy nghệ thuật và sự đa dạng hấp dẫn. Trong cuốn sách nấu ăn này, chúng tôi mời bạn tham gia vào một hành trình ẩm thực nhằm tôn vinh nghệ thuật chế biến các món phết thơm ngon và tuyệt đẹp, với nhiều loại thịt được chữa khỏi, pho mát thủ công, các món ăn kèm hấp dẫn, v.v.

Bảng và đĩa Charcuterie mang đến một cách giải trí độc đáo và hấp dẫn, cho dù bạn đang tổ chức một buổi họp mặt thân mật, một sự kiện ăn mừng hay chỉ đơn giản là thưởng thức một bữa tiệc đặc biệt cho chính mình. Trong các trang này, bạn sẽ tìm thấy bộ sưu tập các công thức nấu ăn, mẹo và nguồn cảm hứng để giúp bạn tạo ra những màn trình diễn ấn tượng, gây ấn tượng và làm hài lòng khách hàng của bạn.

Chúng tôi sẽ hướng dẫn bạn quy trình lựa chọn món thịt nướng có chất lượng tốt nhất, kết hợp nó với các loại pho mát bổ sung và sắp xếp một cách nghệ thuật một loạt các món ăn kèm ngon miệng. Từ trái cây theo mùa và nước chấm thơm ngon cho đến bánh mì giòn và các món phết thơm ngon, chúng tôi sẽ chỉ cho bạn cách tạo ra sự kết hợp hương vị hài hòa để lại ấn tượng lâu dài.

Chuẩn bị đánh thức khả năng giải trí bên trong của bạn và đón nhận niềm vui tụ tập và chăn thả. Với một chút sáng tạo và một chút tinh tế trong ẩm thực, bạn sẽ có thể tạo ra những chiếc đĩa và đĩa thịt nướng tuyệt đẹp không chỉ làm thỏa mãn khẩu vị mà còn đóng vai trò là vật trung tâm cho những khoảnh khắc khó quên của niềm đam mê chung.

BÀN & ĐĨA CHARCUTERIE

1.Ban Charcuterie cổ điển

THÀNH PHẦN:

- Các loại thịt được chữa khỏi (chẳng hạn như prosciutto, salami và coppa)
- Các loại phô mai (chẳng hạn như phô mai cheddar, phô mai brie và phô mai xanh)
- Ô liu và dưa chua
- Các loại bánh quy và bánh mì
- Trái cây tươi (nho, sung và quả mọng)
- Các loại hạt (hạnh nhân, quả óc chó và hạt điều)
- Nước chấm (hummus, mù tạt và tương ớt)

HƯỚNG DẪN:

a) Sắp xếp một tấm gỗ hoặc đĩa lớn.

b) Cuộn hoặc gấp các loại thịt đã được xử lý và đặt chúng lên bảng.

c) Cắt phô mai thành từng miếng vừa ăn và sắp xếp chúng lên bảng.

d) Thêm ô liu, dưa chua và nước chấm vào bảng.

e) Lấp đầy những khoảng trống bằng bánh quy giòn, bánh mì, trái cây tươi và các loại hạt.

f) Phục vụ và thưởng thức!

2.Đĩa Mezze Địa Trung Hải

THÀNH PHẦN:

- hummus
- Nước sốt Tzatziki
- Baba ghanoush
- Bánh mì pita hoặc khoai tây chiên pita
- Quả bóng Falafel
- Lá nho
- cà chua cherry
- Dưa chuột lát
- ô liu Kalamata
- Phô mai Feta
- Dầu ô liu và chanh (để rưới nước)

HƯỚNG DẪN:

a) Sắp xếp một cái đĩa hoặc khay.

b) Đặt bát hummus, sốt tzatziki và baba ghanoush lên đĩa.

c) Thêm bánh mì pita hoặc khoai tây chiên pita xung quanh bát.

d) Xếp các viên falafel, lá nho, cà chua bi, lát dưa chuột và ô liu Kalamata lên đĩa.

e) Rắc phô mai feta lên trên.

f) Rưới dầu ô liu và vắt chanh lên đĩa.

g) Phục vụ và thưởng thức!

3.Đĩa Antipasto Ý

THÀNH PHẦN:

- Prosciutto thái lát
- Soppressata thái lát
- Mortadella thái lát
- Trái tim atisô ướp
- Ớt đỏ nướng ướp
- Cà chua phơi nắng
- Bocconcini (quả mozzarella nhỏ)
- bánh mì que
- Grissini (bánh mì bọc trong prosciutto)
- Phô mai Parmesan bào
- Men balsamic (cho mưa phùn)

HƯỚNG DẪN:

a) Sắp xếp một đĩa hoặc bảng.

b) Xếp các miếng thịt đã thái mỏng ra đĩa, cuộn tròn lại nếu muốn.

c) Thêm trái tim atisô ướp, ớt đỏ nướng và cà chua phơi nắng vào đĩa.

d) Đặt bocconcini và bánh mì que lên đĩa.

e) Rải phô mai Parmesan bào lên đĩa.

f) Rưới men balsamic lên các nguyên liệu.

g) Phục vụ và thưởng thức!

4.Đĩa Charcuterie lấy cảm hứng từ châu Á

THÀNH PHẦN:

- Thịt lợn quay thái lát hoặc thịt lợn nướng kiểu Trung Quốc
- Vịt quay thái lát
- Cắt lát anh ta
- Xúc xích kiểu châu Á
- Xì dầu
- Tương đen
- Rau ngâm (cà rốt, củ cải và dưa chuột)
- Bánh bao hấp hoặc lá xà lách
- Sriracha hoặc tương ớt (tùy chọn)

HƯỚNG DẪN:

a) Sắp xếp một cái đĩa hoặc khay.
b) Xếp các miếng thịt đã thái ra đĩa.
c) Đổ nước tương và nước sốt hoisin vào bát nhỏ để chấm.
d) Xếp rau củ muối chua ra đĩa.
e) Phục vụ bánh hấp hoặc lá rau diếp ở bên cạnh.
f) Tùy chọn, cung cấp Sriracha hoặc tương ớt để thêm gia vị.
g) Phục vụ và thưởng thức!

5.món charcuterie lấy cảm hứng từ Pháp

THÀNH PHẦN:

- Các loại thịt ướp muối (chẳng hạn như saucisson, jambon de Bayonne, pa tê hoặc rillettes)
- Phô mai Pháp (như Brie, Camembert, Roquefort hoặc Comté)
- Bánh mì baguette hoặc bánh mì Pháp
- Cornichons (dưa chua nhỏ)
- mù tạt Dijon
- Ô liu (chẳng hạn như Niçoise hoặc Piccholine)
- Nho hoặc quả sung cắt lát
- Quả óc chó hoặc hạnh nhân
- Các loại thảo mộc tươi (như mùi tây hoặc húng tây) để trang trí

HƯỚNG DẪN:

a) Chọn một tấm gỗ hoặc đĩa lớn để sắp xếp món bánh charcuterie lấy cảm hứng từ Pháp của bạn.

b) Bắt đầu bằng cách sắp xếp các loại thịt đã được xử lý lên bảng. Cuộn hoặc gấp chúng lại và đặt chúng theo hình mẫu hấp dẫn.

c) Cắt phô mai Pháp thành lát hoặc miếng vuông và xếp chúng cùng với các loại thịt đã được xử lý.

d) Thêm một chồng bánh mì baguette hoặc bánh mì Pháp vào bảng, tạo thành món ăn kèm cổ điển cho các loại thịt và pho mát.

e) Đặt một bát nhỏ mù tạt Dijon lên thớt để chấm hoặc phết lên bánh mì.

f) Thêm một bát cornichons, một loại dưa chua truyền thống của Pháp, để bổ sung thêm hương vị của món thịt nướng.

g) Rải nhiều loại ô liu lên bảng, lấp đầy những khoảng trống còn lại.

h) Đặt những chùm nho tươi hoặc quả sung cắt lát xung quanh bảng để tăng thêm vị ngọt.

i) Rắc quả óc chó hoặc hạnh nhân lên khắp mặt thớt để tăng thêm kết cấu và hương vị.

j) Trang trí bảng bằng các loại thảo mộc tươi để hoàn thiện.

k) Phục vụ bảng charcuterie lấy cảm hứng từ Pháp như một món khai vị hoặc món chính trong bữa tiệc của bạn, cho phép khách thưởng thức sự kết hợp thú vị giữa hương vị và kết cấu.

6.Ban Phô Mai Wanderlust

THÀNH PHẦN:

Các loại pho mát từ các vùng khác nhau (chẳng hạn như Brie của Pháp, Parmesan của Ý, Manchego của Tây Ban Nha hoặc Gruyère của Thụy Sĩ)
Các loại thịt đã được xử lý (chẳng hạn như prosciutto, salami hoặc chorizo)
Các loại bánh mì và bánh quy giòn
Trái cây sấy khô (chẳng hạn như quả sung, quả mơ hoặc chà là)
Các loại hạt (như hạnh nhân, quả óc chó hoặc hạt điều)
Ô liu hoặc rau ướp
Mật ong hoặc trái cây bảo quản cho mưa phùn
Các loại thảo mộc tươi để trang trí

HƯỚNG DẪN:

Sắp xếp các loại phô mai trên bảng hoặc đĩa phô mai, nhóm chúng theo khu vực.
Đặt các loại thịt đã được xử lý cùng với pho mát.
Thêm nhiều loại bánh mì và bánh quy giòn vào bảng để khách thưởng thức cùng với pho mát và thịt.
Rải trái cây và các loại hạt khô xung quanh bảng để tăng thêm kết cấu và hương vị.
Thêm ô liu hoặc rau ướp để có vị thơm và mặn.
Rưới mật ong hoặc thìa trái cây lên trên pho mát để tạo vị ngọt.
Trang trí bằng các loại thảo mộc tươi để tăng thêm sự tươi mát và hấp dẫn thị giác.
Phục vụ và thưởng thức!

7. Ban ăn nhe Charcuterie mùa hè

THÀNH PHẦN:

- Các loại trái cây thái lát (như dưa hấu, dưa đỏ hoặc dứa)
- Các loại rau thái lát (như dưa chuột, ớt chuông hoặc cà chua bi)
- Quả mọng tươi (chẳng hạn như dâu tây, quả việt quất hoặc quả mâm xôi)
- Các loại phô mai hoặc lát phô mai
- Các loại bánh quy giòn hoặc bánh mì que
- Hummus hoặc rau nhúng
- Các loại hạt hoặc hỗn hợp đường mòn
- Các loại thảo mộc tươi để trang trí

HƯỚNG DẪN:

a) Sắp xếp các loại trái cây cắt lát trên một tấm hoặc đĩa lớn.

b) Đặt các loại rau thái lát và quả mọng tươi bên cạnh các loại trái cây.

c) Thêm các khối hoặc lát phô mai vào bảng để tạo thành món ngon.

d) Cung cấp nhiều loại bánh quy giòn hoặc bánh mì que để khách thưởng thức cùng trái cây và pho mát.

e) Dọn món hummus hoặc rau nhúng vào các đĩa nhỏ để chấm rau.

f) Rải các loại hạt hoặc hỗn hợp đường xung quanh bảng để tăng thêm độ giòn và hương vị.

g) Trang trí bằng các loại thảo mộc tươi để tăng thêm sự tươi mát và hấp dẫn thị giác.

h) Phục vụ và thưởng thức!

8. Bảng phô mai khai vị Antipasto

THÀNH PHẦN:

- Các loại thịt đã được xử lý (chẳng hạn như prosciutto, xúc xích Ý hoặc capicola)
- Các loại phô mai (như mozzarella, provolone hoặc Asiago)
- Trái tim atisô ướp
- Ô liu ướp
- Ớt đỏ nướng
- Rau nướng hoặc ướp (chẳng hạn như bí xanh hoặc cà tím)
- Các loại bánh mì hoặc bánh mì que
- Men balsamic hoặc giảm bớt cho mưa phùn
- Húng quế tươi hoặc rau mùi tây để trang trí

HƯỚNG DẪN:

a) Sắp xếp các loại thịt đã được xử lý trên một tấm hoặc đĩa lớn.
b) Đặt các loại phô mai cùng với các loại thịt.
c) Thêm trái tim atisô ướp, ô liu ướp và ớt đỏ nướng vào bảng.
d) Bao gồm các loại rau nướng hoặc ướp để tăng thêm hương vị và sự đa dạng.
e) Cung cấp các loại bánh mì hoặc bánh mì que để khách thưởng thức cùng với thịt và pho mát.
f) Rưới men balsamic hoặc gia giảm lên các nguyên liệu để tạo cảm giác thơm và ngọt.
g) Trang trí với húng quế tươi hoặc rau mùi tây để tăng thêm độ tươi và hấp dẫn thị giác.
h) Phục vụ và thưởng thức!

9.Bảng mạch Brie kem phong và táo nướng

THÀNH PHẦN:

Bánh phô mai Brie
Kem phong hoặc si rô phong
Táo cắt lát
Các loại bánh quy giòn hoặc bánh mì
Các loại hạt (chẳng hạn như quả hồ đào hoặc quả óc chó)
Nhánh hương thảo tươi để trang trí

HƯỚNG DẪN:

Làm nóng lò nướng của bạn ở nhiệt độ 350°F (175°C).
Đặt bánh phô mai Brie lên khay nướng có lót giấy da.
Rưới kem phong hoặc xirô phong lên phô mai Brie.
Nướng trong lò làm nóng trước khoảng 10-12 phút hoặc cho đến khi phô mai mềm và dẻo.
Lấy ra khỏi lò và để nguội một chút.
Xếp những quả táo cắt lát xung quanh món Brie nướng trên đĩa hoặc đĩa phục vụ.
Thêm các loại bánh quy giòn hoặc bánh mì để thực khách thưởng thức cùng phô mai và táo.
Rải các loại hạt xung quanh bảng để tăng thêm độ giòn và hương vị.
Trang trí với những nhánh hương thảo tươi để tăng thêm sự tươi mát và hấp dẫn thị giác.
Phục vụ và thưởng thức!

10.Ban Charcuterie mùa thu với Honey Brie, quả sung và hương thảo

THÀNH PHẦN:

Phô mai Brie tiêu đen mật ong

Sung tươi

Nhánh hương thảo tươi

Các loại bánh quy và bánh mì

Prosciutto hoặc các loại thịt được chữa khỏi khác

Các loại hạt hỗn hợp (chẳng hạn như quả óc chó hoặc quả hồ đào)

Mật ong để làm mưa phùn

HƯỚNG DẪN:

Xếp phô mai Brie tiêu đen-mật ong vào giữa bảng.

Đặt những quả sung tươi xung quanh miếng phô mai.

Rắc nhánh hương thảo tươi lên thớt để trang trí.

Xếp bánh quy giòn và bánh mì xung quanh pho mát và quả sung.

Cuộn prosciutto hoặc các loại thịt đã được xử lý khác và đặt chúng lên bảng.

Thêm các loại hạt hỗn hợp vào bảng để tăng thêm độ giòn và hương vị.

Rưới mật ong lên quả sung và phô mai.

Phục vụ và thưởng thức!

11.Bảng Salad Prosciutto và sung

THÀNH PHẦN:

Salad rau trộn
Quả sung tươi, thái lát
Prosciutto, thái lát mỏng
Phô mai dê hoặc phô mai xanh, vụn
Kẹo quả óc chó hoặc quả hồ đào
Men balsamic hoặc khử balsamic

HƯỚNG DẪN:

Sắp xếp các loại rau trộn salad trên một đĩa hoặc đĩa lớn.
Rải những quả sung tươi cắt lát lên rau xanh.
Đặt prosciutto thái mỏng lên trên quả sung và rau xanh.
Rắc phô mai dê vụn hoặc phô mai xanh lên món salad.
Rắc kẹo óc chó hoặc hồ đào lên trên.
Rưới men balsamic hoặc gia vị balsamic lên món salad.
Phục vụ và thưởng thức!

12. bảng trái cây

THÀNH PHẦN:

Các loại trái cây tươi (sồi, nho, quả mọng, dưa, dứa, v.v.)
Trái cây sấy khô (sồi, mơ, chà là, sung, v.v.)
Các loại hạt (sồi, hạnh nhân, hạt điều, quả hồ trăn, v.v.)
Mật ong hoặc trái cây nhúng để phục vụ

HƯỚNG DẪN:

Rửa và chuẩn bị trái cây tươi, cắt trái cây lớn thành miếng vừa ăn.

Sắp xếp trái cây tươi trên một tấm hoặc đĩa lớn.

Đặt những chiếc bát nhỏ hoặc ramekins lên thớt để đựng hoa quả và hạt khô.

Đổ trái cây và hạt khô vào bát, tạo thành từng cụm riêng biệt.

Rưới mật ong lên trái cây tươi hoặc dùng kèm với nó trong một đĩa nhỏ.

Phục vụ và thưởng thức!

13. Đĩa phô mai thượng hạng với nho nướng

THÀNH PHẦN:

- Các loại phô mai (như Brie, cheddar, gouda, phô mai xanh, v.v.)
- Nho rang (xem hướng dẫn bên dưới)
- Các loại bánh quy và bánh mì
- Các loại hạt (chẳng hạn như hạnh nhân, quả óc chó hoặc quả hồ đào)
- Mật ong hoặc trái cây bảo quản để phục vụ

HƯỚNG DẪN:

ĐỐI VỚI NHO NANG:

a) Làm nóng lò nướng của bạn ở nhiệt độ 400°F (200°C).

b) Đặt một chùm nho không hạt lên khay nướng có lót giấy da.

c) Rắc nho với một ít dầu ô liu và rắc muối.

d) Nướng nho trong lò làm nóng trước khoảng 15-20 phút hoặc cho đến khi chúng hơi nhăn và có màu caramen.

e) Lấy nho ra khỏi lò và để nguội trước khi cho vào đĩa phô mai.

ĐỐI VỚI ĐĨA PHÔ MAI:

f) Sắp xếp các loại phô mai trên bảng hoặc đĩa phô mai.

g) Đặt nho rang cùng với pho mát.

h) Thêm bánh quy giòn và bánh mì vào bảng, mang lại nhiều kết cấu và hương vị khác nhau.

i) Rải các loại hạt xung quanh miếng phô mai để có thêm độ giòn.

j) Phục vụ mật ong hoặc trái cây bảo quản trong các đĩa nhỏ để khách rưới lên phô mai.

k) Phục vụ và thưởng thức!

14. Ban Tapas Tây Ban Nha

THÀNH PHẦN:

Thịt cắt lát (chẳng hạn như chorizo, giăm bông Serrano hoặc xúc xích Ý)
Phô mai Manchego, thái lát
Ô liu ướp
Trái tim atisô ướp
Ớt đỏ nướng
Bánh tortilla Tây Ban Nha (trứng tráng khoai tây và trứng, cắt thành từng miếng nhỏ)
Bánh mì hoặc bánh mì baguette lát
Cà chua và tỏi phết (chẳng hạn như sốt cà chua bruschetta)
Hạnh nhân Tây Ban Nha hoặc các loại hạt khác

HƯỚNG DẪN:

Xếp các loại thịt đã cắt lát lên một tấm hoặc đĩa lớn.
Đặt phô mai Manchego thái lát cùng với các loại thịt.
Xếp ô liu đã ướp, tim atisô đã ướp và ớt đỏ nướng thành từng cụm riêng biệt trên bảng.
Thêm bánh tortilla Tây Ban Nha thái lát vào bảng.
Đặt các lát bánh mì hoặc bánh mì baguette bên cạnh các nguyên liệu khác.
Dọn cà chua và tỏi phết vào một đĩa nhỏ dọc theo thớt.
Rải hạnh nhân Tây Ban Nha hoặc các loại hạt khác xung quanh bảng để tăng thêm độ giòn.
Phục vụ và thưởng thức!

15. Hội đồng Phô mai của Tổng thống

THÀNH PHẦN:

Các loại phô mai (như phô mai cheddar, Gruyère, phô mai dê, v.v.)
Thịt cắt lát (chẳng hạn như prosciutto, xúc xích Ý hoặc coppa)
Bánh quy giòn và bánh mì que
Trái cây tươi và khô (như nho, táo cắt lát, mơ khô, v.v.)
Các loại hạt (chẳng hạn như hạnh nhân, quả hồ đào hoặc quả phỉ)
Tương ớt hoặc trái cây bảo quản để phục vụ

HƯỚNG DẪN:

Sắp xếp các loại phô mai trên bảng hoặc đĩa phô mai.
Đặt các loại thịt đã cắt lát dọc theo pho mát.
Thêm bánh quy giòn và bánh mì que vào bảng, tạo ra nhiều hình dạng và hương vị khác nhau.
Sắp xếp trái cây tươi và khô xung quanh pho mát và thịt.
Rải các loại hạt xung quanh bảng để tạo thêm kết cấu.
Phục vụ tương ớt hoặc trái cây bảo quản trong các đĩa nhỏ để khách thưởng thức cùng với pho mát.
Phục vụ và thưởng thức!

16. Bữa nửa buổi

THÀNH PHẦN:

Các loại bánh mì tròn hoặc bánh sừng bò
Cá hồi hun khói hoặc cá lox
Kem phô mai
Cà chua và dưa chuột thái lát
Hành đỏ thái lát
bạch hoa
Thì là tươi
Trái cây tươi (chẳng hạn như quả mọng, dưa hoặc nho)
Sữa chua hoặc mật ong để phục vụ

HƯỚNG DẪN:

Sắp xếp các loại bánh mì tròn hoặc bánh sừng bò trên một tấm hoặc đĩa phục vụ lớn.
Phết phô mai kem lên bánh mì tròn hoặc bánh sừng bò.
Xếp lớp cá hồi hoặc cá lox hun khói lên trên lớp kem phô mai.
Đặt cà chua thái lát, dưa chuột và hành đỏ lên bảng.
Rắc bạch hoa và thì là tươi lên cá hồi.
Thêm trái cây tươi vào bảng để tạo cảm giác sảng khoái.
Dọn sữa chua hoặc mật ong thành từng đĩa nhỏ để khách thưởng thức cùng trái cây.
Phục vụ và thưởng thức!

17.Đĩa thịt và phô mai

THÀNH PHẦN:

- Các loại thịt đã được xử lý (chẳng hạn như prosciutto, xúc xích Ý, pepperoni hoặc giăm bông)
- Các loại pho mát (chẳng hạn như cheddar, Thụy Sĩ, provolone hoặc pepper jack)
- Các loại dưa chua và/hoặc ô liu
- Mù tạt hoặc mù tạt mật ong để chấm
- Bánh mì cắt lát hoặc bánh quy giòn

HƯỚNG DẪN:

a) Sắp xếp các loại thịt đã được xử lý trên một tấm hoặc đĩa lớn.
b) Đặt các loại phô mai cùng với các loại thịt.
c) Thêm các loại dưa chua và/hoặc ô liu vào bảng.
d) Dọn mù tạt hoặc mù tạt mật ong vào đĩa nhỏ để chấm.
e) Cung cấp bánh mì cắt lát hoặc bánh quy giòn để khách thưởng thức cùng với các loại thịt và pho mát.
f) Phục vụ và thưởng thức!

18. Ban Phô mai và Charcuterie

THÀNH PHẦN:

Các loại phô mai (như phô mai Gouda, Brie, phô mai dê hoặc phô mai xanh)
Các loại thịt đã được xử lý (chẳng hạn như prosciutto, salami hoặc chorizo)
Các loại trái cây (chẳng hạn như nho, táo thái lát hoặc lê)
Các loại hạt (như hạnh nhân, hạt điều hoặc quả óc chó)
Bánh quy giòn và bánh mì que
Mật ong hoặc trái cây bảo quản để phục vụ

HƯỚNG DẪN:

Sắp xếp các loại phô mai trên bảng hoặc đĩa phô mai.
Đặt các loại thịt đã được xử lý cùng với pho mát.
Thêm các loại trái cây vào bảng để tạo cảm giác tươi ngon và ngọt ngào.
Rải các loại hạt xung quanh bảng để tạo thêm kết cấu.
Sắp xếp bánh quy giòn và bánh mì que thành từng cụm riêng biệt.
Phục vụ mật ong hoặc trái cây bảo quản trong các đĩa nhỏ để khách thưởng thức cùng với pho mát.
Phục vụ và thưởng thức!

19.Ban Phô Mai Mùa Đông

THÀNH PHẦN:

Các loại phô mai (như Brie, Gouda lâu năm, phô mai xanh hoặc Camembert)
Các loại hạt rang (như quả hồ đào, quả óc chó hoặc quả phỉ)
Trái cây sấy khô (chẳng hạn như quả nam việt quất, quả mơ hoặc quả sung)
Lê hoặc táo thái lát
Mật ong hoặc trái cây bảo quản cho mưa phùn
Bánh quy giòn và bánh mì

HƯỚNG DẪN:

Sắp xếp các loại phô mai trên bảng hoặc đĩa phô mai.
Rắc các loại hạt rang lên trên pho mát.
Đặt trái cây khô xung quanh phô mai để tạo vị ngọt và dai.
Thêm lê hoặc táo thái lát vào bảng.
Rưới mật ong hoặc thìa mứt trái cây lên trên phô mai và trái cây.
Sắp xếp bánh quy giòn và bánh mì cùng với các nguyên liệu khác.
Phục vụ và thưởng thức!

20. Ban trái cây măn ngot

THÀNH PHẦN:

Các loại trái cây tươi (như dâu tây, dứa, kiwi hoặc xoài)
Các loại thịt được chữa khỏi (chẳng hạn như prosciutto, giăm bông hoặc gà tây)
Các loại phô mai (như Gouda, Cheddar hoặc Havarti)
Các loại hạt (chẳng hạn như hạnh nhân, hạt điều hoặc quả hồ trăn)
Sô cô la đen hoặc trái cây phủ sô cô la
Mật ong hoặc xi-rô phong để làm mưa phùn

HƯỚNG DẪN:

Sắp xếp các loại trái cây tươi trên một tấm hoặc đĩa lớn.
Xếp các lớp thịt đã được xử lý lên trên trái cây.
Đặt các loại phô mai cùng với trái cây và thịt.
Rải các loại hạt xung quanh bảng để tăng thêm độ giòn.
Thêm sô cô la đen hoặc trái cây phủ sô cô la để có cảm giác ngọt ngào.
Rưới mật ong hoặc xi-rô phong lên trái cây và pho mát.
Phục vụ và thưởng thức!

21. Bảng phô mai lấy cảm hứng từ Tây Ban Nha

THÀNH PHẦN:

Phô mai Manchego, thái lát

Chorizo hoặc xúc xích Tây Ban Nha thái lát

Ô liu ướp

hạnh nhân Marcona

Ớt đỏ nướng

Bánh mì hoặc bánh mì baguette lát

Cà chua và tỏi phết

HƯỚNG DẪN:

Xếp phô mai Manchego thái lát lên đĩa hoặc đĩa lớn.

Đặt chorizo hoặc xúc xích Tây Ban Nha thái lát cùng với phô mai.

Sắp xếp ô liu đã ướp và hạnh nhân Marcona thành từng cụm riêng biệt trên bảng.

Thêm ớt đỏ rang vào bảng để tạo thành phần sống động và đầy hương vị.

Đặt các lát bánh mì hoặc bánh mì baguette bên cạnh các nguyên liệu khác.

Dọn cà chua và tỏi phết vào một đĩa nhỏ dọc theo thớt.

Phục vụ và thưởng thức!

22. Bánh mì det Charcuterie Board

THÀNH PHẦN:

Bánh mì dẹt hoặc bột bánh pizza mua ở cửa hàng
Dầu ô liu
Các loại thịt đã được xử lý (chẳng hạn như prosciutto, salami hoặc coppa)
Các loại phô mai (như mozzarella, Gorgonzola hoặc fontina)
Rau thái lát (như ớt chuông, hành tím hoặc cà chua bi)
Các loại thảo mộc tươi (như húng quế hoặc arugula)

HƯỚNG DẪN:

Làm nóng lò nướng của bạn ở nhiệt độ được khuyến nghị trên gói bột bánh mì hoặc bánh pizza.
Cán mỏng bánh mì dẹt hoặc kéo bột bánh pizza đến độ dày mong muốn.
Quét dầu ô liu lên bánh mì dẹt hoặc bột bánh pizza.
Xếp các loại thịt và pho mát đã được xử lý lên trên bột bánh mì hoặc bánh pizza.
Thêm rau thái lát lên trên các loại thịt và pho mát.
Nướng bánh mì dẹt hoặc pizza theo hướng dẫn trên bao bì cho đến khi lớp vỏ vàng và phô mai tan chảy.
Lấy ra khỏi lò và rắc các loại thảo mộc tươi lên trên.
Cắt bánh mì dẹt hoặc bánh pizza thành từng miếng nhỏ hơn nếu muốn.
Phục vụ và thưởng thức!

23.Charcuterie Board với mứt thịt xông khói-hành tây

THÀNH PHẦN:

- Các loại thịt đã được xử lý (chẳng hạn như prosciutto, salami hoặc soppressata)
- Các loại phô mai (chẳng hạn như phô mai Brie, Camembert hoặc phô mai dê)
- Bánh quy giòn và bánh mì
- Mứt hành tây (xem hướng dẫn bên dưới)
- Các loại thảo mộc tươi để trang trí

HƯỚNG DẪN:

ĐỐI VỚI MỨC THỊT XÔNG HÀNH:

a) Nấu vài lát thịt xông khói trong chảo cho đến khi giòn.
b) Lấy thịt xông khói ra khỏi chảo và để nguội.
c) Trong cùng một chiếc chảo, xào hành tây thái lát cho đến khi có màu caramen và vàng nâu.
d) Cắt thịt xông khói đã nấu chín thành từng miếng nhỏ.
e) Kết hợp thịt xông khói cắt nhỏ với hành tây caramen và trộn đều.
f) Để mứt hành tây xông khói nguội trước khi dùng trên khay nướng thịt.

ĐỐI VỚI BAN CHARCUTERIE :

g) Sắp xếp các loại thịt đã được xử lý trên một tấm hoặc đĩa lớn.
h) Đặt các loại phô mai cùng với các loại thịt.
i) Thêm bánh quy giòn và bánh mì vào bảng, mang lại nhiều kết cấu và hương vị khác nhau.
j) Múc từng muỗng mứt hành tây xông khói lên bảng.
k) Trang trí bằng các loại thảo mộc tươi để tăng thêm sự tươi mát và hấp dẫn thị giác.
l) Phục vụ và thưởng thức!

24. Viên phô mai và viên phô mai Butternut Squash

NGUYÊN LIỆU:
CHO BÓNG BÍ ĐÔNG

- Phô mai kem 8 ounce, làm mềm
- 1 chén phô mai cheddar cắt nhỏ
- 1/2 chén bí ngô nấu chín và nghiền
- 1/4 chén quả hồ đào hoặc quả óc chó cắt nhỏ
- 2 muỗng canh các loại thảo mộc tươi xắt nhỏ (chẳng hạn như rau mùi tây hoặc hẹ)
- Muối và hạt tiêu cho vừa ăn
- Các loại bánh quy giòn và bánh mì que để phục vụ

HƯỚNG DẪN:
ĐỐI VỚI BÓNG BÓNG BÍ ĐÁ:

a) Trong một tô trộn, trộn phô mai kem đã làm mềm, phô mai cheddar cắt nhỏ và bí đỏ nghiền.
b) Khuấy hồ đào hoặc quả óc chó cắt nhỏ, các loại thảo mộc tươi cắt nhỏ, muối và hạt tiêu.
c) Nặn hỗn hợp thành khối tròn và để trong tủ lạnh ít nhất 1 giờ cho cứng lại.
d) Sau khi đã nguội, đặt phô mai viên lên khay nướng thịt.

ĐỐI VỚI BẢNG PHÔ MAI:

e) Sắp xếp phô mai viên trên bảng charcuterie làm vật trung tâm.
f) Bao quanh viên pho mát với các loại thịt đã được xử lý, chẳng hạn như prosciutto hoặc xúc xích Ý.
g) Thêm nhiều loại phô mai vào bảng, chẳng hạn như phô mai Gouda, Brie hoặc xanh.
h) Đặt các loại bánh quy giòn và bánh mì que bên cạnh các loại thịt và pho mát.
i) Thêm trái cây tươi, như nho hoặc táo thái lát, để có cảm giác tươi mát.

j) Phục vụ và thưởng thức!

25. Ban Charcuterie đáng ăn tối

THÀNH PHẦN:

Các loại thịt nấu chín (như gà quay, thịt bò nướng thái lát hoặc xúc xích nướng)
Các loại phô mai (chẳng hạn như Gruyère, Fontina hoặc phô mai cheddar lâu năm)
Rau nướng (chẳng hạn như cải Brussels, cà rốt hoặc khoai lang)
Nước chấm hoặc phết (chẳng hạn như sốt hummus, sốt aioli hoặc phết tỏi nướng)
Bánh mì hoặc bánh mì baguette lát
Các loại ô liu và dưa chua
Các loại thảo mộc tươi để trang trí

HƯỚNG DẪN:

Sắp xếp các loại thịt đã nấu chín trên một tấm hoặc đĩa lớn.
Đặt các loại phô mai cùng với các loại thịt.
Thêm rau nướng vào bảng để có một món ăn đậm đà và đầy hương vị.
Phục vụ món chấm hoặc phết thành từng đĩa nhỏ để khách thưởng thức cùng với thịt và pho mát.
Cung cấp các lát bánh mì hoặc bánh mì baguette để khách làm bánh mì sandwich hoặc bánh mì crostini.
Rải các loại ô liu và dưa chua xung quanh bảng để tăng thêm hương vị.
Trang trí bằng các loại thảo mộc tươi để tăng thêm sự tươi mát và hấp dẫn thị giác.
Phục vụ và thưởng thức!

26.Bảng phô mai nhẹ hơn

THÀNH PHẦN:

Các loại phô mai nhẹ hoặc ít béo (chẳng hạn như phô mai nhẹ Thụy Sĩ, phô mai feta nhẹ hoặc phô mai mozzarella nhẹ)

Rau tươi (chẳng hạn như cà chua bi, lát dưa chuột hoặc cà rốt non)

Nước chấm hoặc phết nhẹ hoặc ít béo (chẳng hạn như sữa chua nhúng hoặc hummus Hy Lạp)

Bánh quy giòn nguyên hạt hoặc bánh mì giòn

Trái cây tươi (chẳng hạn như nho hoặc dâu tây thái lát)

Các loại hạt (chẳng hạn như hạnh nhân hoặc quả hồ trăn)

HƯỚNG DẪN:

Sắp xếp các loại phô mai nhẹ trên bảng hoặc đĩa phô mai.

Đặt các loại rau tươi, chẳng hạn như cà chua bi và các lát dưa chuột, xung quanh pho mát.

Phục vụ các món chấm hoặc phết nhẹ hoặc ít béo trong các đĩa nhỏ cùng với rau.

Thêm bánh quy giòn nguyên hạt hoặc bánh mì giòn vào bảng để có một lựa chọn lành mạnh hơn.

Rắc trái cây tươi, như nho hoặc dâu tây cắt lát, để tạo cảm giác ngọt ngào.

Thêm các loại hạt vào bảng để có thêm kết cấu và hương vị.

Phục vụ và thưởng thức!

27. Ban Fondue Phô Mai

THÀNH PHẦN:

ĐỐI VỚI NƯỚC NGON Phô Mai:

- Các loại pho mát dùng làm nước xốt (chẳng hạn như Gruyère, Emmental hoặc Fontina)
- Nước dùng rượu trắng hoặc rau củ
- Tỏi, băm nhỏ
- Bột bắp hoặc bột mì
- Các loại gáo (chẳng hạn như viên bánh mì, rau chần hoặc lát táo)

HƯỚNG DẪN

ĐỐI VỚI NƯỚC NGON Phô Mai:

a) Nướng các loại phô mai và đặt sang một bên.

b) Trong nồi nước xốt hoặc nồi, đun nóng rượu trắng hoặc nước luộc rau trên lửa vừa.

c) Thêm tỏi băm và để nó nấu trong một phút.

d) Dần dần thêm phô mai bào vào, khuấy liên tục cho đến khi tan chảy và mịn.

e) Trong một bát riêng, trộn bột ngô hoặc bột mì với một ít nước để tạo thành hỗn hợp sền sệt.

f) Thêm hỗn hợp sền sệt vào hỗn hợp phô mai và khuấy cho đến khi đặc lại.

g) Chuyển nước xốt phô mai vào nồi nước xốt hoặc giữ ấm ở nhiệt độ thấp.

h) Ăn kèm với các loại gáo.

ĐỐI VỚI HỘI ĐỒNG Phô Mai Fondue:

i) Đặt nồi nước xốt phô mai hoặc chảo vào giữa đĩa phục vụ lớn.

j) Sắp xếp các loại gáo, chẳng hạn như viên bánh mì, rau chần hoặc lát táo, xung quanh nồi.

k) Cung cấp nĩa hoặc que xiên để khách nhúng gáo vào nước xốt phô mai.

l) Phục vụ và thưởng thức!

28. Bảng phô mai Burrata cuối cùng

THÀNH PHẦN:

Phô mai Burrata
Cà chua tươi, thái lát
Lá húng quế tươi
Prosciutto hoặc thịt cắt lát
Ô liu ướp
Rau nướng hoặc nướng
Các loại bánh mì hoặc bánh mì que

HƯỚNG DẪN:

Xếp phô mai burrata vào giữa đĩa hoặc đĩa phục vụ lớn.
Bao quanh burrata với những lát cà chua tươi và lá húng quế.
Đặt prosciutto hoặc thịt cắt lát cùng với phô mai và cà chua.
Thêm ô liu đã ướp vào đĩa để có hương vị thơm và mặn.
Bao gồm các loại rau nướng hoặc nướng, chẳng hạn như bí xanh hoặc ớt chuông, để tạo thành phần cháy và khói.
Phục vụ các loại bánh mì hoặc bánh mì que để thưởng thức cùng với phô mai và các nguyên liệu khác.
Phục vụ và thưởng thức!

29.Đĩa khai vị cá hồi hun khói

THÀNH PHẦN:

Lát cá hồi hun khói
Phô mai kem hoặc phô mai kem thảo mộc
Hành đỏ thái mỏng
bạch hoa
nêm chanh
Các loại bánh quy giòn hoặc bánh mì baguette
Thì là tươi để trang trí

HƯỚNG DẪN:

Xếp các lát cá hồi hun khói lên đĩa lớn.
Đặt những miếng phô mai kem hoặc phô mai kem thảo mộc trải dọc theo cá hồi.
Rắc hành đỏ và nụ bạch hoa thái lát mỏng lên cá hồi và phô mai kem.
Vắt chanh lên cá hồi để tăng thêm độ sáng.
Thêm các loại bánh quy giòn hoặc lát bánh mì baguette để thực khách thưởng thức cùng cá hồi.
Trang trí với nhánh thì là tươi để có màu sắc và hương vị nổi bật.
Phục vụ và thưởng thức!

30.Đĩa Mezze Địa Trung Hải

THÀNH PHẦN:

hummus
Nước sốt Tzatziki
Falafel
Lá nho
ô liu Kalamata
Phô mai Feta, cắt khối
cà chua cherry
Dưa chuột lát
Bánh mì pita hoặc khoai tây chiên pita

HƯỚNG DẪN:

Xếp sốt hummus và sốt tzatziki vào các bát riêng biệt trên một đĩa phục vụ lớn.
Đặt falafel và lá nho dọc theo nước chấm.
Rải ô liu Kalamata và phô mai feta cắt khối lên đĩa.
Thêm cà chua bi và lát dưa chuột để có độ tươi và giòn.
Phục vụ bánh mì pita hoặc khoai tây chiên pita để nhúng và múc.
Phục vụ và thưởng thức!

31.Ban Charcuterie Trung Tây

THÀNH PHẦN:

Các loại phô mai (như Colby, Pepper Jack hoặc Swiss)
Xúc xích mùa hè hoặc thịt bò thái lát
Các loại dưa chua (chẳng hạn như dưa chua bánh mì và bơ hoặc dưa chua thì là)
Mù tạt hoặc mù tạt cay để chấm
Bánh quy giòn hoặc bánh quy xoắn

HƯỚNG DẪN:

Sắp xếp các loại phô mai trên bảng hoặc đĩa phô mai.
Đặt xúc xích mùa hè cắt lát hoặc que thịt bò cùng với pho mát.
Thêm các loại dưa chua vào bảng để có độ thơm và giòn.
Dọn mù tạt hoặc mù tạt cay vào đĩa nhỏ để chấm.
Cung cấp bánh quy giòn hoặc bánh quy xoắn để khách thưởng thức cùng với thịt và pho mát.
Phục vụ và thưởng thức!

32. Bạn ăn sáng cuối cùng

THÀNH PHẦN:

Trứng luộc chín, thái lát
Cá hồi hun khói hoặc cá lox
Thịt giăm bông hoặc thịt xông khói thái lát
Các loại phô mai (chẳng hạn như phô mai cheddar, Gouda hoặc phô mai dê)
Cà chua và dưa chuột thái lát
Các loại trái cây tươi
Sữa chua hoặc trái cây nhúng
Các loại bánh mì hoặc bánh mì tròn

HƯỚNG DẪN:

Xếp trứng luộc chín thái lát lên đĩa hoặc đĩa lớn.
Đặt cá hồi hun khói hoặc cá lox cùng với trứng.
Thêm giăm bông hoặc thịt xông khói thái lát vào bảng để tạo cảm giác thơm ngon.
Rải các loại phô mai xung quanh bảng cho đa dạng.
Đặt cà chua và dưa chuột thái lát để có độ tươi và giòn.
Thêm trái cây tươi vào bảng để tạo cảm giác ngọt ngào và sảng khoái.
Phục vụ sữa chua hoặc trái cây nhúng vào đĩa nhỏ để khách thưởng thức cùng trái cây.
Phục vụ các loại bánh mì hoặc bánh mì tròn cho khách để làm bánh mì sandwich hoặc bánh mì nướng cho bữa sáng.
Phục vụ và thưởng thức!

33. Ban phô mai mùa xuân

THÀNH PHẦN:

Các loại phô mai tươi (như phô mai dê, Boursin hoặc Camembert)
Dâu tây tươi, giảm một nửa
Măng tây tươi, chần
Củ cải, thái lát mỏng
Đậu xuân hoặc đậu Hà Lan đường
Mật ong hoặc trái cây bảo quản cho mưa phùn
Bánh quy giòn hoặc bánh mì baguette

HƯỚNG DẪN:

Sắp xếp các loại phô mai tươi lên bảng hoặc đĩa phô mai.
Đặt một nửa quả dâu tây cùng với pho mát.
Thêm những ngọn măng tây đã chần và củ cải thái mỏng vào thớt.
Rắc đậu mùa xuân hoặc đậu Hà Lan đường để có màu sắc và độ tươi ngon.
Rưới mật ong hoặc thìa mứt trái cây lên trên phô mai và trái cây.
Phục vụ bánh quy giòn hoặc lát bánh mì baguette để khách thưởng thức cùng với pho mát và các nguyên liệu khác.
Phục vụ và thưởng thức!

34.Ban Charcuterie thuần chay

THÀNH PHẦN:

Các loại phô mai thuần chay (chẳng hạn như phô mai hạt điều, phô mai hạnh nhân hoặc phô mai dừa)

Các loại đồ nguội thuần chay hoặc thịt làm từ thực vật

Hummus hoặc nhúng thuần chay

Các loại rau sống (chẳng hạn như que cà rốt, lát ớt chuông hoặc cà chua bi)

Ô liu hoặc rau ướp

Các loại bánh quy giòn hoặc bánh gạo

HƯỚNG DẪN:

Sắp xếp các loại phô mai thuần chay trên bảng hoặc đĩa phô mai.

Đặt các lát đồ nguội thuần chay hoặc các loại thịt có nguồn gốc thực vật cùng với pho mát.

Thêm món hummus hoặc nước chấm thuần chay vào bảng để tạo thành phần kem.

Xếp các loại rau sống như cà rốt, lát ớt chuông hoặc cà chua bi xung quanh thớt.

Rải ô liu hoặc rau ướp để tăng thêm hương vị.

Cung cấp các loại bánh quy giòn hoặc bánh gạo để khách thưởng thức cùng với pho mát thuần chay và các nguyên liệu khác.

Phục vụ và thưởng thức!

35.Ban Charcuterie sô cô la

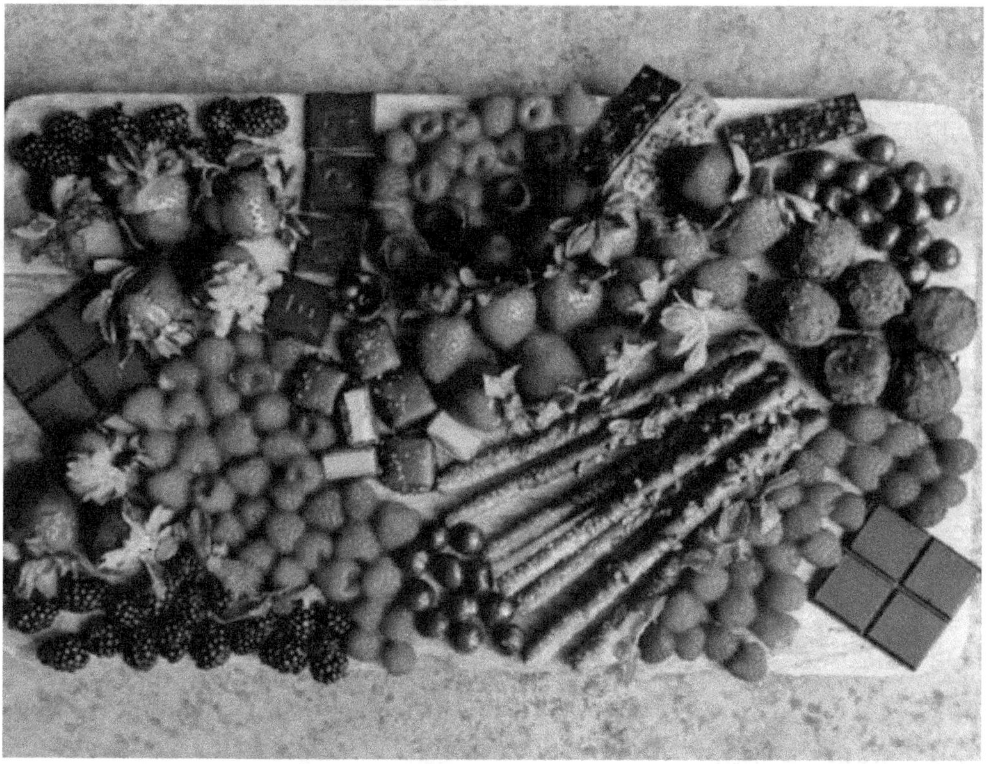

THÀNH PHẦN:

Các loại sôcôla (chẳng hạn như sôcôla đen, sôcôla sữa hoặc sôcôla trắng)

Trái cây phủ sô cô la (chẳng hạn như dâu tây, lát chuối hoặc mơ khô)

Kẹo sôcôla hoặc kẹo bon bon

Các loại hạt (chẳng hạn như hạnh nhân, quả phỉ hoặc quả hồ trăn)

Bánh quy xoắn hoặc biscotti

Trái cây tươi (chẳng hạn như nho hoặc quả mâm xôi)

Nước sốt caramel hoặc sô cô la cho mưa phùn

HƯỚNG DẪN:

Sắp xếp các loại sôcôla trên một tấm hoặc đĩa phục vụ lớn.

Đặt trái cây phủ sôcôla bên cạnh sôcôla.

Thêm kẹo sôcôla hoặc kẹo bonbon vào bảng để có một bữa tiệc sang trọng.

Rải các loại hạt xung quanh bảng để có thêm kết cấu và hương vị.

Cung cấp bánh quy xoắn hoặc biscotti để khách nhúng vào sôcôla hoặc tự mình thưởng thức.

Thêm trái cây tươi, chẳng hạn như nho hoặc quả mâm xôi, để tạo cảm giác sảng khoái.

Rưới nước sốt caramel hoặc sô cô la lên sôcôla và trái cây.

Phục vụ và thưởng thức!

36. Candy Land 'Jarcuterie'

THÀNH PHẦN:

Các loại kẹo (chẳng hạn như kẹo dẻo, cam thảo, M&M's hoặc đậu thạch)
Bánh quy xoắn hoặc bỏng ngô phủ sô cô la
Kẹo dẻo nhỏ
Các loại bánh quy hoặc que wafer
Rắc hoặc long lanh ăn được
Lọ nhỏ hoặc hộp đựng để phục vụ

HƯỚNG DẪN:

Đổ đầy từng loại kẹo khác nhau vào từng lọ nhỏ hoặc hộp đựng.
Đặt các lọ hoặc hộp đựng đã đổ đầy lên đĩa hoặc đĩa phục vụ lớn.
Thêm bánh quy xoắn hoặc bỏng ngô phủ sô cô la vào bảng để có sự kết hợp giữa ngọt và mặn.
Rải kẹo dẻo nhỏ xung quanh lọ để tăng thêm kết cấu.
Cung cấp các loại bánh quy hoặc que wafer để khách nhúng vào kẹo hoặc tự mình thưởng thức.
Rắc lên bảng những hạt rắc đầy màu sắc hoặc những hạt lấp lánh có thể ăn được để tạo cảm giác lễ hội.
Phục vụ và thưởng thức!

37. Món tráng miêng với keo sôcôla nam viêt quất

THÀNH PHẦN:

ĐỐI VỚI TRuffleS SÔ-LA CRANBERRY:

- 8 ounce sôcôla đen, cắt nhỏ
- 1/2 cốc quả nam việt quất khô
- 1/4 cốc kem đặc
- Bột cacao hoặc đường bột để cán

HƯỚNG DẪN:

ĐỐI VỚI TRÚFFLE SÔ-LA CRANBERRY:

a) Đặt sô cô la đen cắt nhỏ vào tô chịu nhiệt.

b) Trong chảo, đun nóng kem đặc trên lửa vừa cho đến khi bắt đầu sôi.

c) Đổ kem nóng lên sô cô la đen cắt nhỏ và để yên trong một phút.

d) Khuấy hỗn hợp cho đến khi sôcôla tan chảy hoàn toàn và mịn.

e) Thêm quả nam việt quất khô vào hỗn hợp sô cô la và khuấy đều cho đến khi kết hợp tốt.

f) Đậy bát và để hỗn hợp trong tủ lạnh ít nhất 2 giờ hoặc cho đến khi cứng lại.

g) Sau khi đã nguội, hãy dùng thìa hoặc muỗng nhỏ để chia hỗn hợp nấm truffle.

h) Vo từng phần thành viên tròn, sau đó lăn qua bột ca cao hoặc đường bột để phủ đều.

i) Đặt nấm cục vào khay lót giấy da và để lạnh cho đến khi sẵn sàng phục vụ.

ĐỐI VỚI BAN TRÁNG MIỆNG:

j) Sắp xếp kẹo sôcôla nam việt quất trên một tấm hoặc đĩa phục vụ lớn.

k) Thêm các loại món tráng miệng khác, chẳng hạn như bánh quy nhỏ, trái cây phủ sô cô la hoặc bánh nướng nhỏ vào bảng.

l) Cung cấp đĩa nhỏ hoặc khăn ăn để khách thưởng thức món tráng miệng.

m) Phục vụ và thưởng thức!

38.Ban Charcuterie ăn sáng

THÀNH PHẦN:

Thịt xông khói thái lát hoặc xúc xích ăn sáng
Trứng bác
Bánh kếp hoặc bánh quế nhỏ
Trái cây tươi thái lát (chẳng hạn như quả mọng, chuối hoặc cam)
Sữa chua hoặc mật ong
Các loại bánh ngọt ăn sáng (chẳng hạn như bánh sừng bò hoặc bánh nướng xốp)
Xi-rô phong hoặc trái cây bảo quản để ngâm
Các loại thảo mộc tươi để trang trí

HƯỚNG DẪN:

Nấu thịt xông khói hoặc xúc xích ăn sáng theo hướng dẫn trên bao bì.
Chuẩn bị trứng bác và giữ ấm.
Xếp thịt xông khói hoặc xúc xích đã nấu chín lên đĩa hoặc đĩa lớn.
Đặt trứng bác và bánh kếp nhỏ hoặc bánh quế cùng với thịt xông khói hoặc xúc xích.
Thêm trái cây tươi thái lát và bát nhỏ sữa chua hoặc mật ong vào bảng.
Bao gồm các loại bánh ngọt ăn sáng để đa dạng và ngọt ngào.
Dùng xi-rô phong hoặc trái cây bảo quản trong các đĩa nhỏ để chấm.
Trang trí bằng các loại thảo mộc tươi để tăng thêm sự tươi mát và hấp dẫn thị giác.
Phục vụ và thưởng thức!

39.Ban Charcuterie S'Mores

THÀNH PHẦN:

bánh quy giòn Graham
kẹo dẻo
Thanh sô cô la (chẳng hạn như sô cô la sữa hoặc sô cô la đen)
Các loại phết (chẳng hạn như bơ đậu phộng hoặc Nutella)
Dâu tây hoặc chuối cắt lát (tùy chọn)
Các loại hạt rang (như hạnh nhân hoặc đậu phộng)
Các loại bánh quy (chẳng hạn như bánh quy giòn hoặc sô cô la chip)
Que xiên hoặc que để nướng kẹo dẻo

HƯỚNG DẪN:

Sắp xếp bánh quy graham, kẹo dẻo và thanh sô cô la trên một tấm hoặc đĩa phục vụ lớn.
Đặt các loại phết, dâu tây hoặc chuối cắt lát và các loại hạt rang cùng với bánh quy giòn, kẹo dẻo và sô cô la.
Thêm các loại bánh quy vào bảng để có thêm vị ngọt và kết cấu.
Cung cấp xiên hoặc que để khách nướng kẹo dẻo.
Hãy để khách tạo ra món S'mores của riêng mình bằng cách xếp từng lớp kẹo dẻo nướng, sô cô la và phết lên giữa bánh quy giòn graham.
Phục vụ và thưởng thức!

40.Hội đồng Burger Charcuterie

THÀNH PHẦN:

Các loại bánh burger (chẳng hạn như thịt bò, gà tây hoặc rau củ)

Phô mai cắt lát (chẳng hạn như phô mai cheddar, phô mai Thụy Sĩ hoặc phô mai tiêu)

Các loại bánh burger hoặc rau diếp bọc

Cà chua thái lát, hành tây và dưa chua

Các loại gia vị (như sốt cà chua, mù tạt hoặc mayo)

Các loại đồ ăn kèm (chẳng hạn như thịt xông khói, bơ hoặc hành tây caramen)

Khoai tây chiên hoặc khoai lang chiên

Nước chấm (chẳng hạn như sốt cà chua, sốt aioli hoặc sốt thịt nướng)

HƯỚNG DẪN:

Nấu các miếng bánh burger theo sở thích của bạn (nướng, áp chảo hoặc nướng).

Đặt các miếng bánh mì kẹp thịt đã nấu chín và phô mai cắt lát lên đĩa hoặc đĩa phục vụ lớn.

Xếp bánh mì kẹp thịt hoặc rau diếp cuộn cùng với miếng chả và pho mát.

Đặt cà chua, hành tây và dưa chua thái lát lên bảng để khách tùy chỉnh món bánh mì kẹp thịt của mình.

Cung cấp các loại gia vị và lớp phủ bên trên để khách thêm vào bánh mì kẹp thịt của mình.

Phục vụ khoai tây chiên hoặc khoai lang chiên ở bên cạnh bảng.

Cung cấp nước chấm cho khoai tây chiên.

Phục vụ và thưởng thức!

41.Ban Charcuterie khoai tây chiên kiểu Pháp

THÀNH PHẦN:

Các loại khoai tây chiên kiểu Pháp (chẳng hạn như khoai tây chiên giòn, khoai tây chiên hoặc khoai lang chiên)

Các loại nước chấm (như sốt cà chua, sốt aioli, sốt thịt nướng hoặc sốt phô mai)

Phô mai cắt lát (như cheddar hoặc Gruyère)

Thịt xông khói hoặc thịt xông khói giòn

Ớt jalapeños thái lát hoặc ớt ngâm

Caramen Hành tây

Các loại thảo mộc tươi để trang trí

HƯỚNG DẪN:

Nấu khoai tây chiên theo hướng dẫn trên bao bì hoặc làm từ đầu.

Xếp khoai tây chiên đã nấu chín lên đĩa hoặc đĩa lớn.

Đặt các loại nước chấm vào các đĩa nhỏ xung quanh thớt.

Thêm phô mai thái lát, thịt xông khói hoặc thịt xông khói giòn, ớt jalapeños thái lát hoặc ớt ngâm và hành tây caramen vào bảng để tăng thêm hương vị và đa dạng.

Trang trí bằng các loại thảo mộc tươi để tăng thêm sự tươi mát và hấp dẫn thị giác.

Phục vụ và thưởng thức!

42. Ban đêm chiếu phim bắp rang Charcuterie

THÀNH PHẦN:

Các loại hương vị bỏng ngô (chẳng hạn như bơ, caramel hoặc phô mai)

Các loại gia vị bỏng ngô (như trang trại, thịt nướng hoặc đường quế)

Kẹo sô cô la hoặc bỏng ngô phủ sô cô la

Các loại hạt (như đậu phộng, hạnh nhân hoặc hạt điều)

Bánh quy xoắn hoặc que bánh quy nhỏ

Trái cây sấy khô (chẳng hạn như quả nam việt quất hoặc nho khô)

Các loại đồ ăn nhẹ trong rạp chiếu phim (chẳng hạn như kẹo, cam thảo hoặc kẹo dẻo)

HƯỚNG DẪN:

Sắp xếp các loại hương vị bỏng ngô vào các bát riêng biệt trên thớt hoặc đĩa lớn.

Đặt các loại gia vị bỏng ngô dọc theo bát bỏng ngô.

Thêm kẹo sô cô la hoặc bỏng ngô phủ sô cô la vào bảng để có một món ngọt.

Rải các loại hạt, bánh quy xoắn và trái cây khô xung quanh thớt để tăng thêm độ giòn và hương vị.

Bao gồm các loại đồ ăn nhẹ trong rạp chiếu phim, chẳng hạn như kẹo, cam thảo hoặc kẹo dẻo, để tạo cảm giác vui vẻ và hoài cổ.

Phục vụ và thưởng thức!

43. Ban Charcuterie ớt

THÀNH PHẦN:

Ớt tự làm hoặc mua ở cửa hàng (như ớt bò hoặc ớt chay)
Các loại đồ ăn kèm (chẳng hạn như phô mai cắt nhỏ, kem chua, hành tây thái hạt lựu hoặc ớt jalapeños cắt nhỏ)
Bánh tortilla hoặc bánh ngô
Bơ thái lát hoặc guacamole
Rau mùi tươi hoặc rau mùi tây để trang trí

HƯỚNG DẪN:

Làm nóng ớt nếu sử dụng ớt mua ở cửa hàng hoặc ớt tự làm.
Đặt ớt vào nồi lớn hoặc nồi nấu chậm trên đĩa hoặc đĩa phục vụ.
Sắp xếp các loại lớp phủ trên, chẳng hạn như phô mai cắt nhỏ, kem chua, hành tây thái hạt lựu hoặc ớt jalapeños cắt nhỏ, xung quanh ớt.
Thêm bánh tortilla hoặc bánh ngô vào thớt để nhúng và múc.
Bao gồm bơ cắt lát hoặc guacamole để có thành phần kem tươi và ngon.
Trang trí với rau mùi tươi hoặc rau mùi tây để tăng thêm độ tươi và hấp dẫn thị giác.
Phục vụ và thưởng thức!

44.Ban Charcuterie Đêm Taco

THÀNH PHẦN:

Các loại nhân taco (chẳng hạn như thịt bò xay tẩm gia vị, thịt gà xé nhỏ hoặc rau nướng)

Bánh ngô (chẳng hạn như bánh ngô hoặc bánh ngô)

Các loại đồ ăn kèm (như xà lách thái nhỏ, cà chua thái hạt lựu, hành tây thái lát hoặc ngò xắt nhỏ)

Ớt jalapeños thái lát hoặc ớt jalapeños ngâm

Guacamole hoặc bơ cắt lát

Salsa hoặc nước sốt nóng

Kem chua hoặc sữa chua Hy Lạp

HƯỚNG DẪN:

Nấu nhân bánh taco theo sở thích của bạn (thịt bò xay dày dặn, thịt gà xé nhỏ hoặc rau củ nướng).

Đặt nhân bánh taco đã nấu chín vào các bát riêng biệt trên đĩa hoặc đĩa phục vụ lớn.

Xếp bánh ngô và các loại đồ ăn kèm như rau diếp thái nhỏ, cà chua thái hạt lựu, hành tây thái lát hoặc ngò xắt nhỏ xung quanh nhân bánh.

Thêm jalapeños thái lát hoặc jalapeños ngâm, guacamole hoặc bơ thái lát, salsa hoặc nước sốt nóng và kem chua hoặc sữa chua Hy Lạp vào bảng.

Hãy để khách tự lắp ráp bánh taco của mình bằng cách làm đầy bánh ngô với nhân và lớp phủ bên trên mà họ mong muốn.

Phục vụ và thưởng thức!

45.Ban Fondue Sôcôla ngon tuyệt

THÀNH PHẦN:

DÀNH CHO SÔ-CÔ-LA

- Các loại sôcôla dùng làm nước xốt (chẳng hạn như sôcôla sữa, sôcôla đen hoặc sôcôla trắng)
- Kem đặc hoặc sữa
- Các loại đồ ăn nhẹ (chẳng hạn như trái cây, kẹo dẻo, bánh quy hoặc bánh quy xoắn)

HƯỚNG DẪN:

ĐỐI VỚI NGƯỜI SÔ-CÔ-LA:

a) Cắt các loại sôcôla thành từng miếng nhỏ và đặt sang một bên.
b) Trong chảo, đun nóng kem đặc hoặc sữa trên lửa vừa cho đến khi bắt đầu sôi.
c) Nhấc chảo ra khỏi bếp và thêm sôcôla cắt nhỏ vào.
d) Khuấy hỗn hợp cho đến khi sôcôla tan chảy hoàn toàn và mịn.
e) Chuyển nước xốt sô cô la vào nồi nước xốt hoặc giữ ấm ở nhiệt độ thấp.
f) Ăn kèm với các loại gáo.

ĐỐI VỚI BAN CHARCUTERIE:

g) Đặt nồi hoặc xoong nước xốt sô-cô-la vào giữa đĩa hoặc đĩa phục vụ lớn.
h) Sắp xếp các loại đồ gắp như trái cây, kẹo dẻo, bánh quy hoặc bánh quy xung quanh nồi.
i) Cung cấp xiên hoặc nĩa để khách nhúng thìa vào nước xốt sô cô la.
j) Phục vụ và thưởng thức!

46. Ban Charcuterie Hot Wings

THÀNH PHẦN:

Cánh gà nướng hoặc chiên
Các loại sốt nóng hoặc sốt cánh (chẳng hạn như sốt trâu, thịt nướng hoặc sriracha mật ong)
Phô mai xanh hoặc nước sốt trang trại để chấm
Que cà rốt và cần tây
Các loại dưa chua hoặc rau muối chua
Các loại bánh quy giòn hoặc bánh mì que
Rau mùi tây tươi hoặc ngò để trang trí

HƯỚNG DẪN:

Nấu cánh gà tùy theo sở thích (nướng hoặc chiên).
Trộn cánh đã nấu chín với các loại nước sốt nóng hoặc nước sốt cánh.
Xếp cánh gà lên thớt hoặc đĩa lớn.
Đặt phô mai xanh hoặc nước sốt trang trại vào các đĩa nhỏ để nhúng.
Thêm cà rốt, cần tây và các loại dưa chua hoặc rau muối vào bảng.
Cung cấp các loại bánh quy giòn hoặc bánh mì que để khách thưởng thức cùng với cánh gà và nước chấm.
Trang trí với rau mùi tây hoặc ngò tươi để tăng thêm độ tươi và hấp dẫn thị giác.
Phục vụ và thưởng thức!

47.Bảng Charcuterie tiệc sinh nhật đầy màu sắc và lễ hội

THÀNH PHẦN:

Các loại kẹo đầy màu sắc (chẳng hạn như kẹo dẻo, kẹo M&M hoặc đậu thạch)
Bánh nướng nhỏ hoặc bánh kem
Các loại bánh quy hoặc macarons
Bánh quy xoắn hoặc bỏng ngô phủ sô cô la
Xiên trái cây hoặc kabobs trái cây
Các loại nước chấm (chẳng hạn như nước chấm sô cô la hoặc nước chấm kem phô mai)
Rắc cầu vồng hoặc lấp lánh ăn được để trang trí

HƯỚNG DẪN:

Sắp xếp các loại kẹo đầy màu sắc vào các bát riêng biệt trên đĩa hoặc đĩa lớn.
Đặt những chiếc bánh nướng nhỏ hoặc bánh kem nhỏ bên cạnh kẹo.
Thêm các loại bánh quy hoặc macarons vào bảng để tạo sự đa dạng và ngọt ngào.
Bao gồm bánh quy xoắn hoặc bỏng ngô phủ sô cô la để có sự kết hợp mặn và ngọt.
Xiên trái cây tươi để xiên trái cây hoặc tạo món kabob trái cây.
Cung cấp các loại nước chấm, chẳng hạn như nước chấm sô cô la hoặc nước chấm kem phô mai, để khách thưởng thức cùng trái cây và các món ăn khác.
Rắc cầu vồng hoặc hạt lấp lánh ăn được lên trên bảng để tạo cảm giác lễ hội và đầy màu sắc.
Phục vụ và thưởng thức!

48. Ban Charcuterie tráng miệng Giáng sinh

THÀNH PHẦN:

- Các loại bánh quy Giáng sinh (như bánh quy đường, bánh quy gừng hoặc bánh quy bơ)
- Bánh nướng nhỏ hoặc bánh hạnh nhân cắn
- Vỏ cây bạc hà hoặc que bạc hà phủ sô cô la
- Eggnog hoặc mousse sô cô la trắng
- Quả nam việt quất tươi hoặc hạt lựu
- Kẹo que hoặc kẹo bạc hà
- Các loại hạt hoặc hỗn hợp đường với hương vị ngày lễ (chẳng hạn như quế hoặc nhục đậu khấu)
- Một nhánh bạc hà tươi hoặc hương thảo để trang trí

HƯỚNG DẪN:

a) Sắp xếp các loại bánh quy Giáng sinh trên bảng hoặc đĩa phục vụ lớn.

b) Đặt những chiếc bánh nướng nhỏ hoặc bánh hạnh nhân bên cạnh bánh quy.

c) Thêm vỏ cây bạc hà hoặc que bạc hà phủ sô cô la lên bảng để có một món ăn mang tính lễ hội và bạc hà.

d) Cung cấp rượu trứng hoặc mousse sô cô la trắng trong các đĩa nhỏ để tạo cảm giác kem và cảm giác dễ chịu.

e) Rắc thêm quả nam việt quất tươi hoặc hạt lựu để có màu sắc và hương vị thơm ngon.

f) Bao gồm kẹo que hoặc kẹo bạc hà để tạo cảm giác Giáng sinh cổ điển.

g) Thêm các loại hạt hoặc hỗn hợp đường mòn có hương vị ngày lễ, chẳng hạn như quế hoặc nhục đậu khấu, vào bảng để tăng thêm độ giòn và ấm áp.

h) Trang trí với nhánh bạc hà tươi hoặc hương thảo để tăng thêm độ tươi và hấp dẫn thị giác.

i) Phục vụ và thưởng thức!

49.Ban đêm chiếu phim Charcuterie

THÀNH PHẦN:

- Bỏng ngô (chẳng hạn như bơ, caramel hoặc phô mai)
- Các loại gia vị bỏng ngô (như trang trại, thịt nướng hoặc đường quế)
- Kẹo sô cô la hoặc bỏng ngô phủ sô cô la
- Các loại hạt (như đậu phộng, hạnh nhân hoặc hạt điều)
- Bánh quy xoắn hoặc que bánh quy nhỏ
- Trái cây sấy khô (chẳng hạn như quả nam việt quất hoặc nho khô)
- Các loại đồ ăn nhẹ trong rạp chiếu phim (chẳng hạn như kẹo, cam thảo hoặc kẹo dẻo)

HƯỚNG DẪN:

a) Sắp xếp các loại hương vị bỏng ngô vào các bát riêng biệt trên thớt hoặc đĩa lớn.
b) Đặt các loại gia vị bỏng ngô dọc theo bát bỏng ngô.
c) Thêm kẹo sô cô la hoặc bỏng ngô phủ sô cô la vào bảng để có một món ngọt.
d) Rải các loại hạt, bánh quy xoắn và trái cây khô xung quanh thớt để tăng thêm độ giòn và hương vị.
e) Bao gồm các loại đồ ăn nhẹ trong rạp chiếu phim, chẳng hạn như kẹo, cam thảo hoặc kẹo dẻo, để tạo cảm giác vui vẻ và hoài cổ.
f) Phục vụ và thưởng thức!

50. Bảng món tráng miệng Valentine

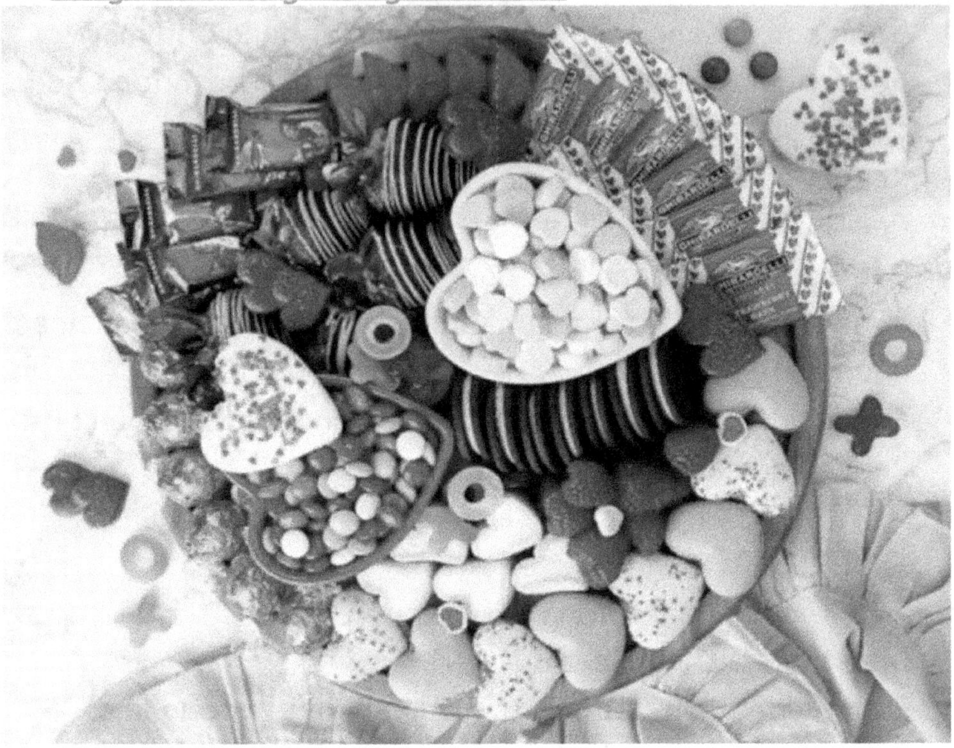

THÀNH PHẦN:

- Bánh quy hoặc bánh hạnh nhân hình trái tim
- Sô-cô-la phủ Dâu tây
- Bánh cupcake nhung đỏ hoặc bánh kem
- Các loại sôcôla hoặc nấm truffle
- Sữa chua dâu hoặc mâm xôi hoặc nước chấm
- Dâu tây tươi hoặc quả mâm xôi
- Trái tim hoặc nụ hôn kẹo màu hồng hoặc đỏ
- Rắc hoặc lấp lánh ăn được để trang trí

HƯỚNG DẪN:

a) Sắp xếp các bánh quy hoặc bánh hạnh nhân hình trái tim trên một tấm hoặc đĩa phục vụ lớn.

b) Đặt dâu tây phủ sô cô la bên cạnh bánh quy hoặc bánh hạnh nhân.

c) Thêm những chiếc bánh nướng nhỏ hoặc bánh ngọt màu đỏ nhung vào bảng để có một bữa tiệc lễ hội đầy thú vị.

d) Bao gồm các loại sôcôla hoặc nấm cục để có sự đa dạng và phong phú.

e) Cung cấp sữa chua dâu hoặc mâm xôi hoặc nhúng vào đĩa nhỏ để chấm.

f) Rắc dâu tây tươi hoặc quả mâm xôi để có được hương vị tươi mát và thơm ngon.

g) Thêm trái tim hoặc nụ hôn bằng kẹo màu hồng hoặc đỏ để tạo cảm giác lãng mạn.

h) Rắc rắc hoặc lấp lánh ăn được lên bảng để trang trí thêm.

i) Phục vụ và thưởng thức!

51.Ban Charcuterie Phuc Sinh

THÀNH PHẦN:

- Trứng luộc chín, nhuộm màu pastel
- Các loại kẹo Phục sinh (chẳng hạn như đậu thạch, Peeps hoặc trứng sô cô la)
- Bánh nướng nhỏ hoặc bánh quy được trang trí theo chủ đề Lễ Phục sinh
- Cà rốt que hoặc cà rốt non
- Các loại phô mai được cắt thành hình Phục Sinh (chẳng hạn như hình thỏ hoặc trứng)
- Các loại bánh quy giòn hoặc bánh mì que
- Các loại thảo mộc tươi mùa xuân hoặc hoa ăn được để trang trí

HƯỚNG DẪN:

a) Xếp trứng luộc chín đã nhuộm lên đĩa hoặc đĩa lớn.
b) Đặt các loại kẹo Phục Sinh cùng với trứng.
c) Thêm những chiếc bánh nướng nhỏ hoặc bánh quy được trang trí với thiết kế theo chủ đề Lễ Phục sinh vào bảng để tạo cảm giác ngọt ngào và đậm chất lễ hội.
d) Xếp các que cà rốt hoặc cà rốt non thành hình củ cà rốt lên bảng.
e) Bao gồm các loại pho mát được cắt thành các hình dạng Lễ Phục sinh, chẳng hạn như hình thỏ hoặc trứng, để tăng thêm sự thú vị.
f) Cung cấp các loại bánh quy giòn hoặc bánh mì que để khách thưởng thức cùng với pho mát và các món ăn khác.
g) Trang trí bằng các loại thảo mộc mùa xuân tươi hoặc hoa ăn được để tăng thêm sự tươi mới và hấp dẫn thị giác.
h) Phục vụ và thưởng thức!

THỊT Heo CHARCUTERIE

52. capicola

THÀNH PHẦN:

- 5 pound thịt vai lợn không xương
- ½ chén muối kosher
- ¼ cốc đường
- 2 muỗng canh hạt tiêu đen, nghiền nát
- 2 thìa ớt bột
- 1 muỗng canh ớt đỏ
- 1 muỗng canh hạt thì là, nghiền nát
- 1 muỗng canh bột tỏi
- 1 thìa cà phê muối hồng (Bột Praha #1)

HƯỚNG DẪN:

a) Trong một cái bát, trộn muối kosher, đường, hạt tiêu đen nghiền, ớt bột, ớt đỏ, hạt thì là nghiền, bột tỏi và muối hồng.

b) Xoa đều hỗn hợp lên vai thịt lợn, đảm bảo tất cả các mặt đều được phủ đều.

c) Đặt thịt vai lợn đã tẩm gia vị vào một chiếc túi lớn có thể khóa lại hoặc bọc chặt trong màng bọc thực phẩm.

d) Để tủ lạnh từ 7-10 ngày, đảo vai 2 ngày một lần để hỗn hợp đông đặc phân bố đều.

e) Sau thời gian ướp, lấy vai lợn ra khỏi túi và rửa sạch dưới nước lạnh để loại bỏ muối và gia vị dư thừa.

f) Làm nóng máy hút thuốc của bạn ở nhiệt độ 200°F (93°C) và hút capicola trong khoảng 6-8 giờ cho đến khi nhiệt độ bên trong đạt 160°F (71°C).

g) Để capicola nguội rồi cho vào tủ lạnh trong vài giờ hoặc qua đêm.

h) Cắt mỏng capicola và thưởng thức nó như một món bổ sung đầy hương vị cho bánh mì sandwich, đĩa antipasto hoặc bảng charcuterie.

53. Thịt giăm bông khô

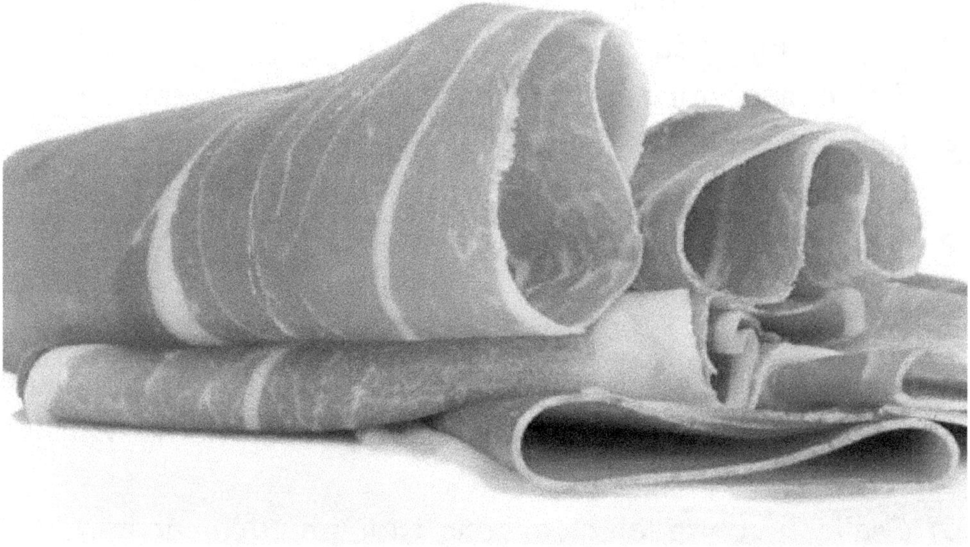

THÀNH PHẦN:

- 1 miếng giăm bông tươi nguyên xương (khoảng 12-15 pounds)
- 1 cốc muối kosher
- 1 cốc đường nâu
- 2 thìa muối hồng (Bột Praha #1)
- 1 muỗng canh hạt tiêu đen, nghiền nát
- 1 muỗng canh hạt rau mùi, nghiền nát
- 4 lá nguyệt quế, nghiền nát

HƯỚNG DẪN:

a) Trong một bát trộn, trộn muối kosher, đường nâu, muối hồng, hạt tiêu nghiền, hạt rau mùi nghiền và lá nguyệt quế nghiền.

b) Chà kỹ hỗn hợp lên giăm bông tươi, phủ đều các mặt.

c) Đặt giăm bông vào một túi nhựa lớn hoặc bọc chặt trong màng bọc thực phẩm.

d) Để trong tủ lạnh từ 7-10 ngày, đảo giăm bông 2-3 ngày một lần để đảm bảo thịt nguội đều.

e) Sau thời gian ủ, lấy giăm bông ra khỏi túi và rửa kỹ dưới nước lạnh để loại bỏ lượng muối dư thừa.

f) Lau khô miếng giăm bông bằng khăn giấy rồi treo ở nơi thoáng mát, thông thoáng trong 3-4 tuần, để miếng giăm bông khô trong không khí và phát huy hương vị đặc trưng.

g) Sau khi giăm bông khô, bạn có thể cắt lát và thưởng thức.

54. Thịt xông khói chữa khỏi

THÀNH PHẦN:

- 5 pound thịt ba chỉ, có da
- ½ chén muối kosher
- ½ chén đường nâu
- 2 muỗng canh hạt tiêu đen, mới xay
- 2 muỗng canh ớt bột xông khói
- 2 thìa cà phê muối hồng (Bột Praha #1)

HƯỚNG DẪN:

a) Trong một cái bát, trộn muối kosher, đường nâu, tiêu đen, ớt bột hun khói và muối hồng.

b) Xoa đều hỗn hợp lên bụng thịt lợn, đảm bảo tất cả các mặt đều được phủ đều.

c) Đặt thịt ba chỉ đã tẩm gia vị vào một chiếc túi lớn có thể khóa lại hoặc bọc chặt trong màng bọc thực phẩm.

d) Để tủ lạnh từ 7-10 ngày, đảo bụng 2 ngày một lần để hỗn hợp đông đặc phân bố đều.

e) Sau thời gian ủ, lấy thịt ba chỉ ra khỏi túi và rửa sạch dưới nước lạnh để loại bỏ muối và gia vị dư thừa.

f) Làm nóng lò nướng trước ở nhiệt độ 200°F (93°C) và hun khói bụng lợn trong 2-3 giờ cho đến khi nhiệt độ bên trong đạt 150°F (66°C).

g) Để thịt xông khói nguội rồi cho vào tủ lạnh trong vài giờ hoặc qua đêm.

h) Cắt thịt xông khói theo độ dày mong muốn và nấu như cách bạn làm với thịt xông khói mua ở cửa hàng.

55.Pepperoni cay

THÀNH PHẦN:

- 2 pound thịt lợn nạc xay
- $\frac{1}{2}$ pound mỡ lợn, thái hạt lựu
- 2 thìa ớt bột
- 2 muỗng canh muối kosher
- 1 thìa đường
- 1 muỗng canh hạt thì là, nghiền nát
- 1 muỗng canh lá oregano khô
- 2 muỗng cà phê ớt đỏ
- 2 thìa cà phê bột tỏi
- 1 thìa cà phê tiêu đen mới xay
- $\frac{1}{4}$ thìa cà phê muối chữa bệnh (Bột Praha #2)

HƯỚNG DẪN:

a) Trong một tô trộn lớn, trộn thịt lợn xay, mỡ lợn thái hạt lựu, ớt bột, muối kosher, đường, hạt thì là nghiền, lá oregano khô, ớt đỏ, bột tỏi, tiêu đen và muối chữa bệnh. Trộn đều để phân phối đều các thành phần.

b) Đậy bát và để hỗn hợp trong tủ lạnh trong 24 giờ để hương vị hòa quyện.

c) Lấy hỗn hợp ra khỏi tủ lạnh và nhét vào vỏ xúc xích, tạo thành các liên kết pepperoni có độ dài mong muốn.

d) Treo vỏ nhồi ở nơi thoáng mát, thông thoáng hoặc trong tủ lạnh của bạn trong 24-48 giờ để khô và phát huy hương vị.

e) Làm nóng lò xông khói của bạn ở nhiệt độ 150°F (66°C) và hun khói pepperoni trong 4-6 giờ cho đến khi nhiệt độ bên trong đạt 150°F (66°C).

f) Lấy pepperoni ra khỏi bếp và để nguội hoàn toàn.

g) Sau khi nguội, pepperoni đã sẵn sàng để cắt lát và dùng làm bánh pizza, bánh mì sandwich hoặc như một món ăn nhẹ đầy hương vị.

56. pancetta

THÀNH PHẦN:

- 4 pound thịt ba chỉ, bỏ da
- ½ chén muối kosher
- ¼ cốc đường
- 2 muỗng canh hạt tiêu đen, nghiền nát
- 2 muỗng canh quả bách xù, nghiền nát
- 1 muỗng canh hạt thì là, nghiền nát
- 6 tép tỏi, băm nhỏ
- 6 nhánh húng tây tươi, bỏ lá
- 6 lá nguyệt quế, nghiền nát

HƯỚNG DẪN:

a) Trong một cái bát, trộn muối kosher, đường, hạt tiêu đen nghiền, quả bách xù nghiền, hạt thì là nghiền, tỏi băm, lá húng tây và lá nguyệt quế nghiền.

b) Chà kỹ hỗn hợp lên bụng thịt lợn, đảm bảo tất cả các mặt đều được phủ đều.

c) Đặt thịt ba chỉ đã tẩm gia vị vào một chiếc túi lớn có thể khóa lại hoặc bọc chặt trong màng bọc thực phẩm.

d) Để tủ lạnh từ 7-10 ngày, đảo bụng 2 ngày một lần để hỗn hợp đông đặc phân bố đều.

e) Sau thời gian ủ, lấy thịt ba chỉ ra khỏi túi và rửa sạch dưới nước lạnh để loại bỏ muối và gia vị dư thừa.

f) Lau khô bụng lợn bằng khăn giấy và treo ở nơi thoáng mát, thoáng mát trong 1-2 tuần, để thịt khô trong không khí và phát huy hương vị.

g) Sau khi sấy khô, cắt mỏng pancetta và sử dụng nó để tăng thêm hương vị thơm ngon, đậm đà cho các món mì ống, súp hoặc như một món thịt nướng độc lập.

57.Prosciutto

THÀNH PHẦN:

- 8-10 pound chân giò heo tươi
- 2 pound muối kosher
- 1 pound đường cát
- 2 muỗng canh hạt tiêu đen, nghiền nát
- 8 tép tỏi, băm nhỏ
- 8 lá nguyệt quế, nghiền nát

HƯỚNG DẪN:

a) Trong một cái bát, trộn muối, đường, hạt tiêu nghiền, tỏi băm và lá nguyệt quế nghiền nát.

b) Xoa hỗn hợp lên khắp đùi lợn, đảm bảo nó được phủ đều.

c) Đặt chân lợn vào một thùng chứa lớn và phủ nó bằng hỗn hợp chữa bệnh còn lại.

d) Để chân giò trong tủ lạnh trong 3 tuần, lật lại vài ngày một lần và phết chất lỏng tích tụ.

e) Sau 3 tuần, lấy chân giò ra khỏi hỗn hợp ướp và rửa sạch dưới nước lạnh.

f) Vỗ nhẹ cho chân giò khô rồi treo ở nơi thoáng mát, thoáng mát trong vòng 9-12 tháng cho khô và già.

g) Sau khi prosciutto khô hoàn toàn, nó có thể được cắt lát mỏng và thưởng thức như một món ngon.

58.tài chính

THÀNH PHẦN:

- 2 pound thịt hàm lợn (má)
- $\frac{1}{4}$ chén muối kosher
- 2 thìa đường
- 1 muỗng canh hạt tiêu đen, nghiền nát
- 4 tép tỏi, băm nhỏ
- 4 lá nguyệt quế, nghiền nát

HƯỚNG DẪN:

a) Trong một cái bát, trộn muối, đường, hạt tiêu nghiền, tỏi băm và lá nguyệt quế nghiền nát.

b) Xoa hỗn hợp lên khắp các miếng thịt lợn, đảm bảo chúng được phủ đều.

c) Cho thịt lợn vào túi ziplock và để trong tủ lạnh trong 7-10 ngày, lật lại 2-3 ngày một lần.

d) Sau thời gian ủ, rửa sạch hàm lợn dưới nước lạnh và vỗ nhẹ cho khô.

e) Treo hàm ở nơi thoáng mát, thoáng mát trong 2-3 tuần để khô.

f) Sau khi sấy khô, guanciale có thể được cắt lát mỏng và dùng như một chất bổ sung hương vị cho các món mì ống, carbonara hoặc salad.

59.Tách

THÀNH PHẦN:

- 3-4 pound thịt cổ hoặc vai lợn
- $\frac{1}{4}$ chén muối kosher
- 2 thìa đường
- 1 muỗng canh hạt tiêu đen, nghiền nát
- 4 tép tỏi, băm nhỏ
- 4 lá nguyệt quế, nghiền nát

HƯỚNG DẪN:

a) Trong một cái bát, trộn muối, đường, hạt tiêu nghiền, tỏi băm và lá nguyệt quế nghiền nát.
b) Xoa hỗn hợp lên khắp cổ hoặc vai lợn, đảm bảo hỗn hợp được phủ đều.
c) Cho thịt lợn vào túi ziplock và để trong tủ lạnh trong 7-10 ngày, lật thịt 2-3 ngày một lần.
d) Sau thời gian ngâm, rửa sạch thịt lợn dưới nước lạnh và vỗ nhẹ cho khô.
e) Buộc chặt thịt lợn bằng dây thừng của người bán thịt và treo ở nơi thoáng mát, thoáng mát trong 3-4 tuần cho khô.
f) Sau khi sấy khô, coppa có thể được cắt lát mỏng và dùng làm bánh mì sandwich, bánh charcuterie hoặc đĩa antipasto.

60. Lardo

THÀNH PHẦN:

- 2 pound mỡ lưng heo
- ¼ chén muối kosher
- 2 thìa đường
- 1 muỗng canh hạt tiêu đen, nghiền nát
- 4 tép tỏi, băm nhỏ
- 4 nhánh hương thảo tươi, xắt nhỏ

HƯỚNG DẪN:

a) Trong một cái bát, trộn muối, đường, hạt tiêu nghiền, tỏi băm và lá hương thảo cắt nhỏ.

b) Xoa hỗn hợp lên khắp phần mỡ lưng lợn, đảm bảo lớp mỡ được phủ đều.

c) Cho mỡ lợn vào túi ziplock và để trong tủ lạnh trong 7-10 ngày, lật lại 2-3 ngày một lần.

d) Sau thời gian ủ, lấy mỡ lợn ra khỏi túi và rửa sạch dưới nước lạnh.

e) Vỗ nhẹ cho mỡ lợn khô rồi treo ở nơi thoáng mát, thoáng mát trong 2-3 tuần cho khô.

f) Sau khi khô, lardo có thể được cắt lát mỏng và dùng như một món bổ sung sang trọng cho bánh mì, mì ống hoặc salad.

61.soppressata

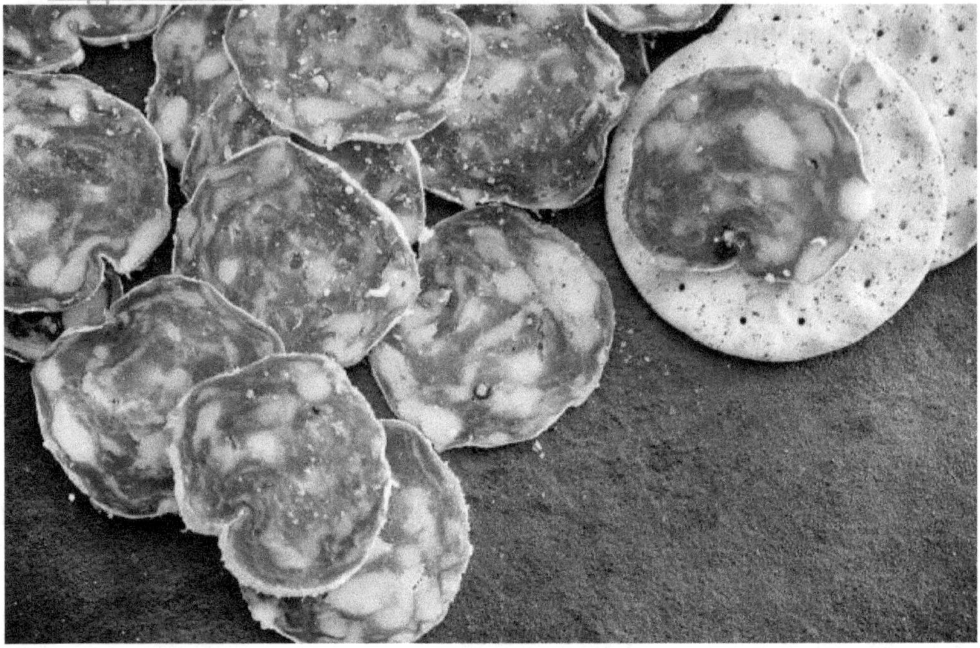

THÀNH PHẦN:

- 3 pound thịt vai lợn, cắt bỏ mỡ thừa
- $\frac{1}{2}$ pound mỡ lưng heo
- $\frac{1}{4}$ chén muối kosher
- 2 thìa đường
- 2 thìa cà phê hạt thì là
- 2 muỗng cà phê ớt đỏ nghiền nát
- 2 thìa cà phê ớt bột
- 2 tép tỏi, băm nhỏ
- $\frac{1}{4}$ chén rượu vang đỏ khô
- Vỏ bọc Hog (tùy chọn)

HƯỚNG DẪN:

a) Cắt mỡ vai và lưng lợn thành từng miếng nhỏ rồi xay bằng máy xay thịt.

b) Trong một cái bát, trộn muối, đường, hạt thì là, ớt đỏ nghiền nát, ớt bột và tỏi băm.

c) Thêm hỗn hợp gia vị và rượu vang đỏ vào thịt lợn xay rồi trộn đều.

d) Nếu sử dụng vỏ bọc, hãy nhét hỗn hợp vào đó và buộc hai đầu. Nếu không sử dụng vỏ bọc, hãy định hình hỗn hợp thành khúc gỗ.

e) Treo vỏ nhồi hoặc khúc gỗ tạo hình ở nơi khô ráo, thoáng mát trong 2-3 tuần cho khô.

f) Sau khi sấy khô, soppressata có thể được cắt lát mỏng và thưởng thức như một món bổ sung đầy hương vị cho bánh mì sandwich hoặc bánh charcuterie.

62.Bresaola

THÀNH PHẦN:

- 3-4 pound thịt bò nướng mắt tròn
- $\frac{1}{4}$ chén muối kosher
- 2 thìa đường
- 2 muỗng cà phê hạt tiêu đen, nghiền nát
- 4 tép tỏi, băm nhỏ
- 4 nhánh húng tây tươi, xắt nhỏ
- 4 nhánh hương thảo tươi, xắt nhỏ

HƯỚNG DẪN:

a) Trong một cái bát, trộn muối, đường, hạt tiêu nghiền, tỏi băm, húng tây xắt nhỏ và hương thảo xắt nhỏ.

b) Xoa hỗn hợp lên khắp miếng thịt bò nướng tròn, đảm bảo nó được phủ đều.

c) Đặt thịt nướng vào túi ziplock và để trong tủ lạnh trong 7-10 ngày, lật lại sau mỗi 2-3 ngày.

d) Sau thời gian ủ, lấy thịt nướng ra khỏi túi và rửa sạch dưới nước lạnh.

e) Vỗ nhẹ cho thịt nướng khô và bọc chặt trong vải thưa hoặc vải muslin.

f) Treo món nướng đã bọc ở nơi thoáng mát, thoáng mát trong 4-6 tuần để khô.

g) Sau khi sấy khô, bresaola có thể được thái lát mỏng và thưởng thức như thịt bò phơi khô trong không khí tinh tế.

63.xúc xích cay

THÀNH PHẦN:

- 2 pound thịt lợn xay
- 4 thìa ớt bột xông khói
- 2 thìa ớt bột
- 1 muỗng canh bột tỏi
- 1 muỗng canh bột hành
- 2 thìa cà phê muối
- 2 thìa cà phê tiêu đen xay
- 1 thìa cà phê lá oregano khô
- ½ thìa cà phê thì là xay
- ¼ thìa cà phê ớt cayenne (tùy chọn)
- ¼ chén giấm rượu vang đỏ

HƯỚNG DẪN:

a) Trong một cái bát, kết hợp tất cả các loại gia vị và trộn đều.

b) Cho thịt lợn xay và giấm rượu vang đỏ vào tô, trộn đều cho đến khi gia vị thấm đều.

c) Đậy bát và để lạnh trong 24-48 giờ để hương vị hòa quyện.

d) Định hình hỗn hợp chorizo thành các liên kết hoặc miếng chả.

e) Nấu chorizo trong chảo trên lửa vừa cho đến khi chín hoàn toàn, khoảng 8-10 phút hoặc cho đến khi nhiệt độ bên trong đạt 160°F (71°C).

f) Phục vụ chorizo trong bánh tacos, bánh burritos hoặc như một chất bổ sung hương vị cho các món ăn khác nhau.

64.Jamón

THÀNH PHẦN:

- 1 miếng giăm bông có xương (tốt nhất là đã được ủ chín và để lâu)
- Muối

HƯỚNG DẪN:

a) Rửa giăm bông dưới nước lạnh để loại bỏ tạp chất trên bề mặt.

b) Lau khô miếng giăm bông bằng khăn giấy.

c) Chà muối khắp miếng giăm bông để đảm bảo muối được phủ đều.

d) Treo giăm bông ở nơi thoáng mát, thoáng mát trong vài tháng, tùy thuộc vào kích thước của giăm bông, cho đến khi khô và chín.

e) Sau khi đã chín, giăm bông có thể được cắt lát mỏng và thưởng thức hoặc sử dụng trong các công thức nấu ăn khác nhau.

65.culatello

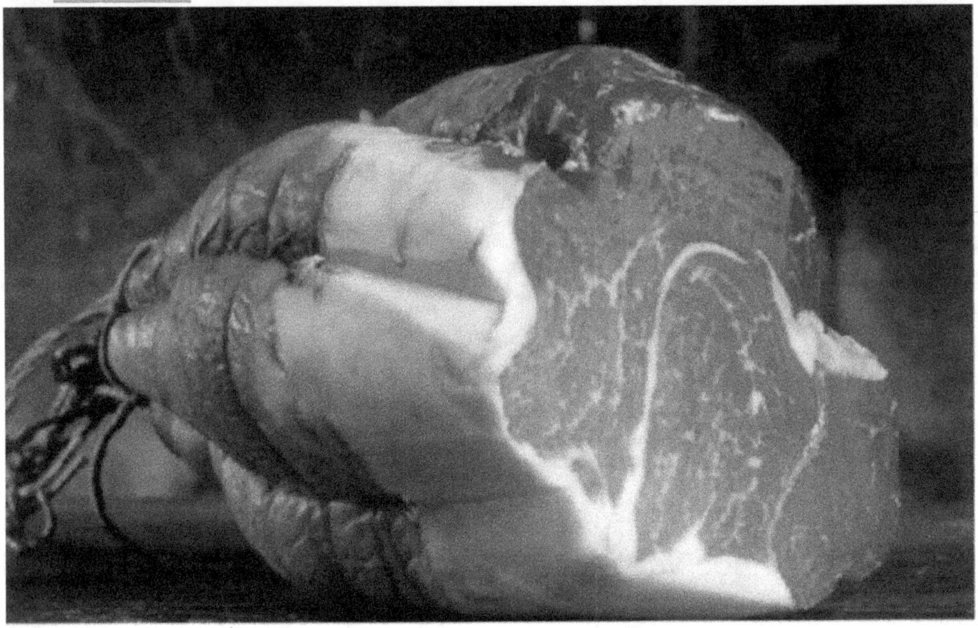

THÀNH PHẦN:

- 2 pound thịt thăn lợn
- ¼ chén muối kosher
- 2 thìa đường
- 2 muỗng cà phê hạt tiêu đen, nghiền nát
- 4 tép tỏi, băm nhỏ
- 4 nhánh húng tây tươi, xắt nhỏ
- 4 nhánh hương thảo tươi, xắt nhỏ

HƯỚNG DẪN:

a) Trong một cái bát, trộn muối kosher, đường, hạt tiêu nghiền, tỏi băm, húng tây xắt nhỏ và hương thảo xắt nhỏ.

b) Chà hỗn hợp lên khắp thăn lợn, đảm bảo nó được phủ đều.

c) Cho thịt thăn vào túi ziplock và để trong tủ lạnh trong 7-10 ngày, lật lại 2-3 ngày một lần.

d) Sau thời gian ủ, lấy thăn lợn ra khỏi túi và rửa sạch dưới nước lạnh.

e) Thấm khô thăn lợn và bọc chặt trong vải thưa hoặc vải muslin.

f) Treo thăn lợn đã bọc ở nơi thoáng mát, thoáng mát trong 2-3 tháng cho khô.

g) Sau khi phơi khô, culatello có thể được thái lát mỏng và thưởng thức như một món ngon.

66. Mortadella

THÀNH PHẦN:

- 2 pound thịt lợn xay
- ½ pound mỡ lợn, thái nhỏ
- ½ chén quả hồ trăn, bóc vỏ và cắt nhỏ
- ¼ chén prosciutto thái hạt lựu hoặc giăm bông nấu chín
- ¼ chén phô mai Parmesan bào
- 2 thìa muối
- 1 thìa đường
- 1 muỗng canh tiêu đen xay
- 1 thìa cà phê bột tỏi
- ½ muỗng cà phê rau mùi đất
- ¼ thìa cà phê hạt nhục đậu khấu
- ¼ thìa cà phê hạt tiêu xay
- ¼ thìa cà phê muối hồng (bột Praha #1)
- ½ cốc nước đá

HƯỚNG DẪN:

a) Trong một cái bát, trộn thịt lợn xay, mỡ lợn, quả hồ trăn, prosciutto thái hạt lựu, phô mai Parmesan, muối, đường, tiêu đen, bột tỏi, rau mùi, nhục đậu khấu, hạt tiêu và muối hồng.

b) Trộn kỹ các thành phần cho đến khi kết hợp tốt.

c) Từ từ thêm nước đá vào hỗn hợp, tiếp tục trộn cho đến khi hòa quyện.

d) Nhồi hỗn hợp vào vỏ, đảm bảo không có túi khí.

e) Luộc món mortadella nhồi trong nước sôi hoặc hấp cho đến khi đạt nhiệt độ bên trong là 160°F (71°C).

f) Để mortadella nguội hoàn toàn trước khi cắt và thưởng thức.

67. Thịt xông khói

THÀNH PHẦN:

- 4 pound thịt bụng lợn
- ½ chén muối kosher
- 2 thìa đường
- 2 muỗng canh tiêu đen xay
- 2 muỗng canh quả bách xù xay
- 2 muỗng canh rau mùi đất
- 1 muỗng canh hạt nhục đậu khấu
- 1 muỗng canh quế xay
- 1 muỗng canh bột tỏi
- 1 thìa muối hồng (bột Praha #1)

HƯỚNG DẪN:

a) Trong một cái bát, trộn muối kosher, đường, tiêu đen, quả bách xù xay, rau mùi xay, nhục đậu khấu xay, quế xay, bột tỏi và muối chữa bệnh hồng.

b) Xoa hỗn hợp lên khắp bụng thịt lợn, đảm bảo nó được phủ đều.

c) Cho thịt ba chỉ vào túi ziplock lớn và để trong tủ lạnh trong 7-10 ngày, lật lại 2-3 ngày một lần.

d) Sau thời gian ủ, lấy thịt ba chỉ ra khỏi túi và rửa sạch dưới nước lạnh.

e) Lau khô bụng lợn bằng khăn giấy.

f) Làm nóng lò ở nhiệt độ 175°F (80°C).

g) Treo thịt ba chỉ ở nơi thoáng mát, thoáng mát trong 2-3 tuần để khô trong không khí.

h) Sau khi khô, hạt có thể được thái mỏng và thưởng thức.

68.Nduja

THÀNH PHẦN:

- 1 pound thịt vai lợn, thái hạt lựu
- ½ pound mỡ lợn, thái hạt lựu
- 3 thìa ớt bột
- 2 muỗng canh tương ớt Calabrian hoặc ớt đỏ nghiền nát
- 2 muỗng canh muối kosher
- 1 thìa đường
- 1 muỗng cà phê hạt thì là, nghiền nát
- 1 muỗng cà phê hạt tiêu đen, nghiền nát

HƯỚNG DẪN:

a) Trong một cái bát, trộn thịt vai lợn thái hạt lựu, mỡ lợn thái hạt lựu, ớt bột, tương ớt Calabria hoặc ớt đỏ nghiền nát, muối kosher, đường, hạt thì là nghiền và hạt tiêu đen nghiền.

b) Trộn kỹ các thành phần cho đến khi kết hợp tốt.

c) Nghiền hỗn hợp trong máy xay thịt hoặc máy chế biến thực phẩm cho đến khi đạt được độ sệt mịn.

d) Chuyển hỗn hợp vào lọ hoặc hộp đựng đã khử trùng và để trong tủ lạnh ít nhất 24 giờ để hương vị phát triển.

e) Nduja có thể được thưởng thức phết lên bánh mì hoặc dùng như một chất bổ sung hương vị cho các món ăn khác nhau.

69.Sobrasada

THÀNH PHẦN:

- 1 pound thịt lợn xay
- $\frac{1}{4}$ cốc ớt bột
- 1 muỗng canh muối kosher
- 1 muỗng cà phê ớt đỏ nghiền nát
- 1 thìa cà phê tiêu đen xay
- 1 thìa cà phê thì là xay
- $\frac{1}{2}$ muỗng cà phê quế xay
- $\frac{1}{4}$ thìa cà phê đinh hương xay
- $\frac{1}{4}$ thìa cà phê hạt nhục đậu khấu

HƯỚNG DẪN:

a) Trong một cái bát, trộn thịt lợn xay, ớt bột, muối kosher, ớt đỏ nghiền nát, tiêu đen, thì là, quế, đinh hương và nhục đậu khấu.

b) Trộn kỹ các thành phần cho đến khi kết hợp tốt.

c) Chuyển hỗn hợp vào chảo và nấu trên lửa vừa, khuấy thường xuyên cho đến khi thịt lợn chín và hương vị hòa quyện, khoảng 15-20 phút.

d) Để sobrasada nguội một chút trước khi chuyển vào lọ hoặc hộp đựng đã khử trùng.

e) Làm lạnh sobrasada trong ít nhất 24 giờ để hương vị phát triển.

f) Sobrasada có thể được thưởng thức phết lên bánh mì, dùng làm lớp phủ cho bánh pizza hoặc kết hợp với nhiều món ăn khác nhau.

70. Culaccia

THÀNH PHẦN:

- 2 pound thịt thăn lợn
- $\frac{1}{4}$ chén muối kosher
- 2 thìa đường
- 2 muỗng cà phê hạt tiêu đen, nghiền nát
- 4 tép tỏi, băm nhỏ
- 4 nhánh húng tây tươi, xắt nhỏ
- 4 nhánh hương thảo tươi, xắt nhỏ

HƯỚNG DẪN:

a) Trong một cái bát, trộn muối kosher, đường, hạt tiêu nghiền, tỏi băm, húng tây xắt nhỏ và hương thảo xắt nhỏ.

b) Chà hỗn hợp lên khắp thăn lợn, đảm bảo nó được phủ đều.

c) Cho thịt thăn vào túi ziplock và để trong tủ lạnh trong 7-10 ngày, lật lại 2-3 ngày một lần.

d) Sau thời gian ủ, lấy thăn lợn ra khỏi túi và rửa sạch dưới nước lạnh.

e) Thấm khô thăn lợn và bọc chặt trong vải thưa hoặc vải muslin.

f) Treo thăn lợn đã bọc ở nơi thoáng mát, thoáng mát trong 2-3 tháng cho khô.

g) Sau khi phơi khô, culaccia có thể được thái lát mỏng và thưởng thức như một món ngon.

71.Lonza

THÀNH PHẦN:

- 2 pound thịt thăn lợn
- $\frac{1}{4}$ chén muối kosher
- 2 thìa đường
- 2 muỗng cà phê hạt tiêu đen, nghiền nát
- 4 tép tỏi, băm nhỏ
- 4 nhánh húng tây tươi, xắt nhỏ
- 4 nhánh hương thảo tươi, xắt nhỏ

HƯỚNG DẪN:

a) Trong một cái bát, trộn muối kosher, đường, hạt tiêu nghiền, tỏi băm, húng tây xắt nhỏ và hương thảo xắt nhỏ.

b) Chà hỗn hợp lên khắp thăn lợn, đảm bảo nó được phủ đều.

c) Cho thịt thăn vào túi ziplock và để trong tủ lạnh trong 7-10 ngày, lật lại 2-3 ngày một lần.

d) Sau thời gian ủ, lấy thăn lợn ra khỏi túi và rửa sạch dưới nước lạnh.

e) Vỗ nhẹ cho thăn lợn khô rồi treo ở nơi thoáng mát, thông thoáng trong 2-3 tháng cho khô tự nhiên.

f) Sau khi phơi khô, lonza có thể được thái lát mỏng và thưởng thức.

72.bierwurst

THÀNH PHẦN:

- 2 pound thịt lợn nạc (chẳng hạn như thịt vai lợn), cắt khối
- ½ pound mỡ lợn, cắt khối
- ½ cốc nước đá
- 2 muỗng canh muối kosher
- 2 thìa đường
- 2 thìa cà phê tiêu trắng xay
- 1 thìa cà phê rau mùi đất
- ½ muỗng cà phê hạt nhục đậu khấu
- ½ muỗng cà phê gừng xay
- ½ thìa cà phê bột xay
- ¼ thìa cà phê muối hồng (bột Praha #1)
- Vỏ lợn tự nhiên

HƯỚNG DẪN:

a) Trong một cái bát, trộn thịt lợn thái khối, mỡ lợn thái khối, nước đá, muối kosher, đường, tiêu trắng, rau mùi, hạt nhục đậu khấu, gừng, quả chùy và muối hồng.
b) Nghiền hỗn hợp qua máy xay thịt bằng đĩa mài cỡ trung bình.
c) Nhồi hỗn hợp đã xay vào vỏ lợn tự nhiên, tạo thành những chiếc xúc xích có kích thước mà bạn mong muốn.
d) Xoay xúc xích đều đặn để tạo các liên kết riêng lẻ.
e) Luộc xúc xích trong nước sôi cho đến khi đạt nhiệt độ bên trong là 160°F (71°C).
f) Sau khi nấu chín, Bierwurst có thể được nướng, áp chảo hoặc sử dụng trong nhiều công thức nấu ăn khác nhau.

73. Kabanos

THÀNH PHẦN:

- 2 pound thịt lợn nạc (chẳng hạn như thịt vai lợn), cắt khối
- ½ pound mỡ lợn, cắt khối
- ¼ cốc nước đá
- 2 muỗng canh muối kosher
- 2 thìa ớt bột
- 1 muỗng canh tiêu đen xay
- 1 muỗng canh bột tỏi
- 1 muỗng canh hạt mù tạt
- 1 muỗng canh rau mùi đất
- ½ thìa cà phê muối hồng (bột Praha #1)
- Vỏ lợn tự nhiên

HƯỚNG DẪN:

a) Trong một bát, trộn thịt lợn thái khối, mỡ lợn thái khối, nước đá, muối kosher, ớt bột, tiêu đen, bột tỏi, hạt mù tạt, rau mùi xay và muối hồng.
b) Nghiền hỗn hợp qua máy xay thịt bằng đĩa mài cỡ trung bình.
c) Nhồi hỗn hợp đã xay vào vỏ lợn tự nhiên, tạo thành những chiếc xúc xích có kích thước mà bạn mong muốn.
d) Xoay xúc xích đều đặn để tạo các liên kết riêng lẻ.
e) Treo xúc xích ở nơi thoáng mát, thoáng mát trong 24-48 giờ cho xúc xích khô.
f) Sau khi sấy khô, Kabanos có thể được thưởng thức như một món ăn nhẹ đầy hương vị hoặc được sử dụng trong nhiều công thức nấu ăn khác nhau.

74.Lonzino

THÀNH PHẦN:

- 2 pound thịt thăn lợn
- $\frac{1}{4}$ chén muối kosher
- 2 thìa đường
- 2 thìa cà phê tiêu đen xay
- 2 muỗng cà phê húng tây khô
- 2 muỗng cà phê hương thảo khô
- 2 thìa cà phê xô thơm khô
- 2 muỗng cà phê hạt thì là, nghiền nát
- 1 thìa cà phê muối hồng (bột Praha #1)

HƯỚNG DẪN:

a) Trong một cái bát, kết hợp muối kosher, đường, hạt tiêu đen, húng tây khô, hương thảo khô, cây xô thơm khô, hạt thì là nghiền nát và muối chữa hồng.

b) Chà hỗn hợp lên khắp thăn lợn, đảm bảo nó được phủ đều.

c) Cho thăn lợn vào túi ziplock và để trong tủ lạnh trong 7-10 ngày, lật lại 2-3 ngày một lần.

d) Sau thời gian ngâm, lấy thịt thăn lợn ra khỏi túi và rửa sạch dưới nước lạnh.

e) Lau khô thịt thăn lợn bằng khăn giấy.

f) Treo thăn lợn ở nơi thoáng mát, thoáng mát trong 2-3 tuần để khô tự nhiên.

g) Sau khi sấy khô, lonzino có thể được thái lát mỏng và thưởng thức như một món ngon.

75.Viên đạn

THÀNH PHẦN:

- 2 pound thịt vai lợn, cắt khối
- ½ pound mỡ lợn, cắt khối
- 4 tép tỏi, băm nhỏ
- 2 thìa ớt bột
- 2 muỗng canh tiêu đen xay
- 2 muỗng canh muối kosher
- 2 thìa cà phê đường
- 2 thìa cà phê ớt cayenne xay
- 2 thìa cà phê thì là xay
- 2 thìa cà phê lá oregano khô
- 2 thìa cà phê ớt bột
- 1 thìa cà phê rau mùi đất
- Vỏ lợn tự nhiên

HƯỚNG DẪN:

a) Trong một cái bát, trộn thịt vai lợn thái khối, mỡ lợn thái khối, tỏi băm, ớt bột, tiêu đen, muối kosher, đường, ớt cayenne, thì là, lá oregano khô, ớt bột và rau mùi xay.

b) Cho hỗn hợp qua máy xay thịt bằng đĩa mài cỡ vừa.

c) Nhồi hỗn hợp đã xay vào vỏ lợn tự nhiên, tạo thành những chiếc xúc xích có kích thước mà bạn mong muốn.

d) Xoay xúc xích đều đặn để tạo các liên kết riêng lẻ.

e) Treo xúc xích ở nơi thoáng mát, thoáng mát trong 24 giờ để xúc xích phát huy hết hương vị.

f) Làm nóng lò hút thuốc ở nhiệt độ 180°F (82°C) và thêm dăm gỗ hoặc khúc gỗ hun khói mà bạn ưa thích.

g) Khói xúc xích kulen trong lò xông khói khoảng 4-6 giờ hoặc cho đến khi đạt nhiệt độ bên trong là 160°F (71°C).

h) Sau khi hun khói, xúc xích kulen có thể được nướng, áp chảo hoặc sử dụng trong nhiều công thức nấu ăn khác nhau.

76. Ciauscolo

THÀNH PHẦN:

- 2 pound thịt vai lợn, cắt khối
- ½ pound mỡ lợn, cắt khối
- 4 tép tỏi, băm nhỏ
- 2 muỗng canh rượu vang đỏ
- 2 muỗng canh muối kosher
- 2 thìa cà phê tiêu đen xay
- 2 thìa cà phê hạt thì là xay
- 2 thìa cà phê rau mùi đất
- 2 muỗng cà phê húng tây khô
- 2 muỗng cà phê hương thảo khô
- 1 muỗng cà phê hạt nhục đậu khấu
- Vỏ lợn tự nhiên

HƯỚNG DẪN:

a) Trong một cái bát, trộn thịt vai lợn thái khối, mỡ lợn thái khối, tỏi băm, rượu vang đỏ, muối kosher, tiêu đen, hạt thì là xay, rau mùi xay, húng tây khô, hương thảo khô và nhục đậu khấu xay.

b) Cho hỗn hợp qua máy xay thịt bằng đĩa mài cỡ vừa.

c) Nhồi hỗn hợp đã xay vào vỏ lợn tự nhiên, tạo thành những chiếc xúc xích có kích thước mà bạn mong muốn.

d) Xoay xúc xích đều đặn để tạo các liên kết riêng lẻ.

e) Treo xúc xích ở nơi thoáng mát, thoáng mát trong 24 giờ để xúc xích phát huy hết hương vị.

f) Ciauscolo có thể được thưởng thức như một loại xúc xích Ý có thể phết lên. Để phục vụ, hãy cắt từng miếng mỏng và phết chúng lên bánh mì hoặc bánh quy giòn.

77.Côn Giang

THÀNH PHẦN:

- 1 pound thịt lợn xay
- $\frac{1}{4}$ chén xôi đã nấu chín
- 2 thìa tỏi băm
- 2 thìa hẹ tây băm
- 2 thìa sả băm nhỏ (chỉ lấy phần trắng)
- 2 muỗng canh rễ rau mùi tươi (ngò) xắt nhỏ
- 2 thìa riềng cắt nhỏ
- 1 muỗng canh đường thốt nốt hoặc đường nâu
- 1 muỗng canh nước mắm
- 1 muỗng canh nước tương
- 1 thìa cà phê tiêu trắng xay
- 1 thìa cà phê rau mùi đất
- 1 thìa cà phê thì là xay
- $\frac{1}{2}$ muỗng cà phê muối
- Vỏ xúc xích tự nhiên (tùy chọn)

HƯỚNG DẪN:

a) Nếu sử dụng vỏ xúc xích tự nhiên, hãy ngâm chúng trong nước ấm theo hướng dẫn trên bao bì để làm mềm chúng.
b) Dùng chày và cối giã gạo nếp đã nấu chín cho đến khi thành bột mịn. Để qua một bên.
c) Trong một tô lớn, trộn thịt lợn xay, tỏi băm, hành tím băm, sả băm, rễ rau mùi xắt nhỏ, riềng băm nhỏ, đường thốt nốt, nước mắm, nước tương, tiêu trắng xay, rau mùi xay, thì là xay và muối. Trộn đều, đảm bảo các nguyên liệu được hòa quyện đều.
d) Nếu sử dụng vỏ bọc, hãy cẩn thận luồn một đầu của vỏ vào ống nhồi xúc xích, chừa lại một chút phần nhô ra. Đẩy phần vỏ còn lại vào ống, đảm bảo nó được phân bố đều.

e) Nhồi hỗn hợp xúc xích vào vỏ, đổ đầy chắc chắn nhưng không nhồi quá nhiều. Xoay xúc xích đều đặn để tạo các liên kết riêng lẻ.

f) Nếu không sử dụng vỏ bọc, hãy tạo hình hỗn hợp xúc xích thành từng viên hoặc khúc gỗ.

g) Sau khi tạo hình, để xúc xích ở nhiệt độ phòng trong khoảng 2 giờ để quá trình lên men bắt đầu. Trong thời gian này, bạn có thể thấy bề mặt xúc xích hơi phồng lên hoặc sủi bọt.

h) Sau giai đoạn lên men ban đầu, đặt xúc xích vào môi trường ấm áp và ẩm ướt để lên men tiếp. Nhiệt độ lý tưởng là từ 90°F đến 100°F (32°C đến 38°C) với độ ẩm cao. Bạn có thể sử dụng buồng lên men hoặc khu vực ấm áp và ẩm ướt trong nhà bếp.

i) Để xúc xích lên men trong 24 đến 48 giờ, tùy thuộc vào mức độ lên men mong muốn. Xúc xích sẽ có hương vị hơi thơm và lên men trong thời gian này.

j) Sau khi lên men, xúc xích đã sẵn sàng để nấu chín. Bạn có thể nướng, áp chảo hoặc hấp cho đến khi chín.

k) Sau khi nấu chín, hãy dùng nóng kunchiang như một món ăn nhẹ hoặc một phần của bữa ăn. Món ăn này thường được thưởng thức cùng xôi, rau tươi và nước chấm cay.

THỊT BÒ ĐẶC ĐIỂM

78. Bresaola sấy khô trong không khí

THÀNH PHẦN:

- 2 pound mắt bò nướng tròn
- ½ chén muối kosher
- ¼ cốc đường
- 2 muỗng canh hạt tiêu đen, nghiền nát
- 1 muỗng canh quả bách xù, nghiền nát
- 1 muỗng canh húng tây khô
- 1 muỗng canh hương thảo khô
- 4 lá nguyệt quế, nghiền nát
- ¼ cốc rượu vang đỏ

HƯỚNG DẪN:

a) Trong một cái bát, trộn muối kosher, đường, hạt tiêu đen nghiền nát, quả bách xù nghiền nát, húng tây khô, hương thảo khô và lá nguyệt quế nghiền nát.
b) Xoa đều hỗn hợp lên mắt bò của miếng thịt nướng tròn, đảm bảo tất cả các mặt đều được phủ đều.
c) Rưới rượu vang đỏ lên thịt nướng để giúp hỗn hợp đông cứng kết dính.
d) Đặt món nướng đã tẩm gia vị vào một chiếc túi lớn có thể khóa kín hoặc bọc chặt trong màng bọc thực phẩm.
e) Để trong tủ lạnh từ 7-10 ngày, đảo mặt nướng 2 ngày một lần để phân bố đều hỗn hợp đông cứng.
f) Sau thời gian ủ, lấy thịt nướng ra khỏi túi và rửa sạch dưới nước lạnh để loại bỏ muối và gia vị dư thừa.
g) Lau khô thịt nướng bằng khăn giấy và treo ở nơi thoáng mát, thông thoáng trong 3-4 tuần, để khô trong không khí và phát huy hương vị đặc trưng.
h) Sau khi bresaola khô, nó đã sẵn sàng để được cắt lát mỏng và thưởng thức như món thịt đã được xử lý tinh tế.

79. Bò Wagyu Bresaola

THÀNH PHẦN:

- 2 pound thịt bò Wagyu có mắt tròn hoặc những miếng nạc tương tự, thái lát mỏng
- $\frac{1}{4}$ chén muối kosher
- 2 thìa đường
- 2 thìa cà phê tiêu đen xay
- 2 muỗng cà phê húng tây khô
- 2 muỗng cà phê hương thảo khô
- 2 thìa cà phê quả bách xù khô, nghiền nát
- 1 thìa cà phê muối hồng (bột Praha #1)

HƯỚNG DẪN:

a) Trong một cái bát, trộn muối kosher, đường, tiêu đen, húng tây khô, hương thảo khô, quả bách xù nghiền nát và muối chữa bệnh hồng.

b) Chà hỗn hợp lên khắp các lát thịt bò Wagyu, đảm bảo chúng được phủ đều.

c) Đặt các lát thịt bò vào túi ziplock và để trong tủ lạnh trong 7-10 ngày, lật chúng sau mỗi 2-3 ngày.

d) Sau thời gian ủ, lấy các lát thịt bò ra khỏi túi và rửa sạch dưới nước lạnh.

e) Lau khô các lát thịt bò bằng khăn giấy.

f) Treo các lát thịt bò ở nơi thoáng mát, thoáng mát trong 2-3 tuần để khô trong không khí.

g) Sau khi phơi khô, thịt bò Wagyu bresaola có thể được thái lát mỏng và thưởng thức như một món ngon.

80. Thịt bò bắp

THÀNH PHẦN:

- 4 pound thịt ức bò
- 1 cốc muối kosher
- ½ cốc đường
- 2 thìa muối hồng (bột Praha #1)
- 4 tép tỏi, băm nhỏ
- 2 thìa gia vị ngâm chua
- Nước, đủ để ngập ức

HƯỚNG DẪN:

a) Trong một nồi lớn, trộn muối kosher, đường, muối hồng, tỏi băm và gia vị ngâm chua.

b) Thêm đủ nước vào nồi để ngập ức thịt bò.

c) Đun sôi hỗn hợp, khuấy đều cho đến khi muối và đường tan hết.

d) Lấy nồi ra khỏi bếp và để nước muối nguội đến nhiệt độ phòng.

e) Đặt thịt ức bò vào hộp lớn hoặc túi ziplock và đổ nước muối đã nguội lên trên.

f) Đảm bảo phần ức được ngâm hoàn toàn trong nước muối, sau đó đậy nắp hoặc đậy kín hộp/túi.

g) Làm lạnh ức trong nước muối trong 5 - 7 ngày, lật lại sau mỗi 2-3 ngày.

h) Sau thời gian ngâm, vớt ức ra khỏi nước muối và rửa sạch dưới nước lạnh.

i) Nấu thịt bò bắp bằng cách đun nhỏ lửa trong nồi nước cho đến khi mềm.

j) Thịt bò bắp có thể được thái lát và dùng làm món ăn chính hoặc dùng trong bánh mì sandwich.

81.Bundnerfleisch

THÀNH PHẦN:

- 2 pound thịt bò có mắt tròn hoặc những miếng nạc tương tự, thái lát mỏng
- $\frac{1}{4}$ chén muối kosher
- 2 thìa đường
- 2 thìa cà phê tiêu đen xay
- 1 thìa cà phê quả bách xù xay
- 1 thìa cà phê rau mùi đất
- 1 thìa cà phê đinh hương xay
- 1 muỗng cà phê hạt nhục đậu khấu
- $\frac{1}{2}$ thìa cà phê muối hồng (bột Praha #1)
- $\frac{1}{2}$ chén rượu trắng

HƯỚNG DẪN:

a) Trong một cái bát, trộn muối kosher, đường, hạt tiêu đen, quả bách xù xay, rau mùi xay, đinh hương xay, nhục đậu khấu xay và muối chữa bệnh hồng.

b) Chà hỗn hợp lên khắp các lát thịt bò, đảm bảo chúng được phủ đều.

c) Đặt các lát thịt bò vào túi ziplock và để trong tủ lạnh trong 24 giờ để hương vị ngấm đều.

d) Sau thời gian ủ, lấy các lát thịt bò ra khỏi túi và rửa sạch dưới nước lạnh.

e) Lau khô các lát thịt bò bằng khăn giấy.

f) Làm nóng lò ở nhiệt độ 175°F (80°C).

g) Đặt các lát thịt bò lên giá lưới đặt trên khay nướng.

h) Rưới rượu trắng lên các lát thịt bò.

i) Nấu các lát thịt bò trong lò làm nóng trước trong 2-3 giờ hoặc cho đến khi chúng khô và có kết cấu chắc chắn.

j) Sau khi sấy khô, Bündnerfleisch có thể được thái lát mỏng và thưởng thức như một món ngon.

82.mì ống

THÀNH PHẦN:

- 4 pound thịt ức bò
- $\frac{1}{2}$ chén muối kosher
- $\frac{1}{4}$ cốc đường
- 2 muỗng canh hạt tiêu đen, nghiền nát
- 2 muỗng canh hạt rau mùi, nghiền nát
- 1 muỗng canh hạt mù tạt
- 1 muỗng canh ớt bột
- 1 muỗng canh bột tỏi
- 1 thìa cà phê bột hành
- 1 thìa cà phê muối hồng (bột Praha #1)

HƯỚNG DẪN:

a) Trong một cái bát, trộn muối kosher, đường, hạt tiêu nghiền, hạt rau mùi nghiền, hạt mù tạt, ớt bột, bột tỏi, bột hành và muối chữa bệnh hồng.

b) Xoa hỗn hợp lên khắp ức thịt bò, đảm bảo nó được phủ đều.

c) Cho ức vào túi ziplock và để trong tủ lạnh trong 7-10 ngày, lật lại 2-3 ngày một lần.

d) Sau thời gian bảo dưỡng, lấy thịt ức ra khỏi túi và rửa sạch dưới nước lạnh.

e) Vỗ nhẹ cho thịt ức khô và để khô trong tủ lạnh trong 12-24 giờ.

f) Làm nóng lò xông khói đến nhiệt độ khuyến nghị và hun khói ức cho đến khi đạt nhiệt độ bên trong 200°F (93°C).

g) Để pastrami nguội trước khi cắt mỏng.

83. Biltong

THÀNH PHẦN:

- 2 pound thịt bò (chẳng hạn như thịt bò tròn hoặc mặt bạc), thái lát mỏng
- ¼ chén muối kosher
- 2 muỗng canh rau mùi đất
- 2 muỗng canh tiêu đen xay
- 1 muỗng canh đường nâu
- 1 thìa cà phê ớt bột
- 1 thìa cà phê bột tỏi
- 1 thìa cà phê bột hành
- ½ muỗng cà phê baking soda
- Giấm (chẳng hạn như giấm trắng hoặc giấm táo), để súc rửa

HƯỚNG DẪN:

a) Trong một cái bát, trộn muối kosher, rau mùi xay, tiêu đen xay, đường nâu, ớt bột, bột tỏi, bột hành và baking soda.

b) Chà hỗn hợp lên khắp các lát thịt bò, đảm bảo chúng được phủ đều.

c) Cho các lát thịt bò vào túi ziplock và để trong tủ lạnh trong 24 giờ để ướp.

d) Sau thời gian ướp, lấy các lát thịt bò ra khỏi túi và rửa sạch dưới giấm để loại bỏ lượng muối dư thừa.

e) Lau khô các lát thịt bò bằng khăn giấy.

f) Treo các lát thịt bò ở nơi thoáng mát, thoáng mát trong 3-7 ngày để khô trong không khí, tùy thuộc vào kết cấu mà bạn mong muốn.

g) Sau khi phơi khô, biltong có thể được thái lát mỏng và thưởng thức như một món ăn nhẹ.

84.Pancetta thịt bò

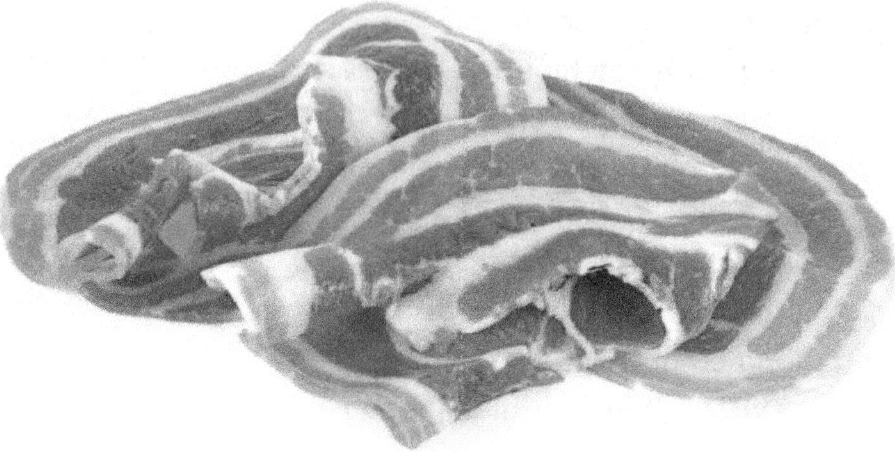

THÀNH PHẦN:

- 2 pound thịt bụng bò hoặc bít tết sườn
- $\frac{1}{4}$ chén muối kosher
- 2 thìa đường
- 2 muỗng cà phê hạt tiêu đen, nghiền nát
- 4 tép tỏi, băm nhỏ
- 4 nhánh húng tây tươi, xắt nhỏ
- 4 nhánh hương thảo tươi, xắt nhỏ
- 1 thìa cà phê muối hồng (bột Praha #1)

HƯỚNG DẪN:

a) Trong một cái bát, trộn muối kosher, đường, hạt tiêu nghiền, tỏi băm, húng tây xắt nhỏ, hương thảo xắt nhỏ và muối chữa bệnh hồng.

b) Xoa hỗn hợp lên khắp bụng bò hoặc sườn bít tết, đảm bảo hỗn hợp được phủ đều.

c) Cho thịt bò vào túi ziplock và để trong tủ lạnh trong 7-10 ngày, lật thịt 2-3 ngày một lần.

d) Sau thời gian ủ, lấy thịt bò ra khỏi túi và rửa sạch dưới nước lạnh.

e) Thấm khô thịt bò và bọc chặt trong vải thưa hoặc vải muslin.

f) Treo thịt bò bọc ở nơi thoáng mát, thoáng mát trong 2-3 tuần cho khô.

g) Sau khi sấy khô, pancetta thịt bò có thể được thái lát mỏng và dùng trong nhiều món ăn khác nhau.

85.Salami bò

THÀNH PHẦN:

- 4 pound thịt bò xay
- ½ pound mỡ bò, thái nhỏ
- ¼ chén muối kosher
- 2 thìa đường
- 2 muỗng cà phê hạt tiêu đen, nghiền nát
- 2 thìa cà phê hạt thì là
- 2 thìa cà phê ớt bột
- 2 thìa cà phê bột tỏi
- 1 thìa cà phê muối hồng (bột Praha #1)
- Cắt vỏ

HƯỚNG DẪN:

a) Trong một cái bát, trộn thịt bò xay, mỡ bò xắt nhỏ, muối kosher, đường, hạt tiêu nghiền, hạt thì là, ớt bột, bột tỏi và muối hồng.

b) Trộn kỹ các thành phần cho đến khi kết hợp tốt.

c) Nhồi hỗn hợp vào vỏ lợn và buộc hai đầu.

d) Treo xúc xích ở nơi thoáng mát, thoáng mát trong 2-3 ngày để xúc xích khô và phát huy hương vị.

e) Làm nóng lò xông khói đến nhiệt độ khuyến nghị và hun khói xúc xích cho đến khi đạt nhiệt độ bên trong là 150°F (65°C).

f) Để xúc xích nguội hoàn toàn trước khi cắt và thưởng thức.

86. Bologna

THÀNH PHẦN:

- 2 pound thịt bò xay
- ½ pound thịt lợn xay
- ¼ chén muối kosher
- ¼ cốc đường
- 2 thìa cà phê tiêu đen xay
- 2 thìa cà phê bột tỏi
- 2 thìa cà phê bột hành
- 2 thìa cà phê ớt bột
- 1 thìa cà phê muối hồng (Bột Praha #1)
- ½ muỗng cà phê rau mùi đất
- ½ muỗng cà phê mù tạt xay
- ½ muỗng cà phê hạt nhục đậu khấu
- Vỏ bung bò tự nhiên (nếu muốn)

HƯỚNG DẪN:

a) Trong một tô lớn, trộn thịt bò xay, thịt lợn xay, muối kosher, đường, tiêu đen, bột tỏi, bột hành, ớt bột, muối hồng, rau mùi, mù tạt xay và nhục đậu khấu. Trộn đều để đảm bảo gia vị được phân bổ đều khắp miếng thịt.

b) Nếu sử dụng vỏ bung bò tự nhiên thì ngâm vào nước ấm theo hướng dẫn trên bao bì để làm mềm.

c) Chuẩn bị dụng cụ nhồi xúc xích theo hướng dẫn của nhà sản xuất. Nếu không có dụng cụ nhồi xúc xích, bạn có thể tạo hình hỗn hợp xúc xích thành ổ bánh mì.

d) Nếu sử dụng vỏ bọc, hãy cẩn thận luồn một đầu của vỏ vào ống nhồi xúc xích, chừa lại một chút phần nhô ra. Đẩy phần vỏ còn lại vào ống, đảm bảo nó được phân bổ đều.

e) Nhồi hỗn hợp xúc xích vào vỏ hoặc tạo hình thành ổ bánh mì, đảm bảo loại bỏ mọi túi khí và đảm bảo đổ đầy đều. Nếu làm bánh mì, hãy tạo hình thật chặt và bọc trong giấy nhôm.

f) Nếu sử dụng vỏ bọc, hãy buộc các đầu của bologna bằng dây nhà bếp, tạo một vòng ở một đầu để treo.

g) Nếu bạn muốn bảo quản xúc xích để tăng thêm hương vị, hãy treo xúc xích ở nơi khô ráo, thoáng mát, chẳng hạn như tủ lạnh, trong 24 đến 48 giờ. Điều này sẽ cho phép các hương vị hòa quyện và bologna phát triển hương vị sâu sắc hơn. Đảm bảo chừa một khoảng trống giữa miếng xúc xích và cho phép không khí lưu thông.

h) Sau thời gian bảo dưỡng, hãy làm nóng lò nướng của bạn ở nhiệt độ 325°F (165°C).

i) Đặt miếng xúc xích lên khay nướng có lót giấy nến hoặc vào khay nướng bánh mì nếu bạn định hình bánh mì. Nếu sử dụng chảo ổ bánh mì, hãy loại bỏ lá nhôm.

j) Nướng xúc xích trong lò làm nóng trước khoảng 1 tiếng rưỡi đến 2 giờ hoặc cho đến khi nhiệt độ bên trong đạt 160°F (71°C). Nếu bạn nặn thành ổ bánh mì thì thời gian nấu có thể lâu hơn một chút.

k) Sau khi nấu chín, lấy xúc xích ra khỏi lò và để nguội trước khi cắt.

l) Thịt bologna đã được chữa khỏi có thể được phục vụ lạnh hoặc chiên nhẹ. Cắt nó và sử dụng nó trong bánh mì, salad hoặc thưởng thức riêng.

GIA CẦM CHARCUTERIE

87.vit Prosciutto

THÀNH PHẦN:

- 4 ức vịt
- $\frac{1}{4}$ chén muối kosher
- 2 thìa đường
- 1 muỗng canh hạt tiêu đen, nghiền nát
- 4 nhánh húng tây tươi
- 4 lá nguyệt quế

HƯỚNG DẪN:

a) Trong một cái bát, trộn muối kosher, đường, hạt tiêu đen nghiền nát, lá húng tây tươi và lá nguyệt quế nghiền nát.

b) Đặt ức vịt vào một cái đĩa nông và chà đều hỗn hợp lên thịt, đảm bảo tất cả các mặt đều được phủ đều.

c) Xếp các ức vịt đã tẩm gia vị lên nhau, đậy nắp đĩa và để trong tủ lạnh trong 24-48 giờ để thịt chín và phát huy hương vị.

d) Sau thời gian ngâm, lấy ức vịt ra khỏi đĩa và rửa sạch dưới vòi nước lạnh để loại bỏ muối và gia vị dư thừa.

e) Lau khô ức vịt bằng khăn giấy và quấn chặt từng ức vịt bằng vải thưa, buộc chặt các đầu bằng dây thừng nhà bếp.

f) Treo ức vịt đã bọc ở nơi thoáng mát, thoáng mát trong 1-2 tuần, để chúng khô tự nhiên và phát huy hương vị đặc trưng.

g) Sau khi vịt prosciutto đã khô, hãy bỏ lớp vải mỏng ra, cắt thịt mỏng và thưởng thức hương vị tinh tế, được chữa khỏi của món ăn ngon này.

88. Vit anh ta

THÀNH PHẦN:

- 2 ức vịt
- $\frac{1}{4}$ chén muối kosher
- 2 thìa đường
- 2 thìa cà phê tiêu đen xay
- 2 muỗng cà phê húng tây khô
- 2 muỗng cà phê hương thảo khô
- 2 thìa cà phê quả bách xù khô, nghiền nát
- 1 thìa cà phê muối hồng (bột Praha #1)

HƯỚNG DẪN:

a) Trong một cái bát, trộn muối kosher, đường, tiêu đen, húng tây khô, hương thảo khô, quả bách xù nghiền nát và muối chữa bệnh hồng.

b) Xoa hỗn hợp lên khắp ức vịt, đảm bảo chúng được phủ đều.

c) Cho ức vịt vào túi ziplock và để trong tủ lạnh trong 24-48 giờ.

d) Sau thời gian ủ, lấy ức vịt ra khỏi túi và rửa sạch dưới vòi nước lạnh.

e) Lau khô ức vịt bằng khăn giấy.

f) Làm nóng lò ở nhiệt độ 175°F (80°C).

g) Đặt ức vịt lên giá lưới đặt trên khay nướng.

h) Nấu ức vịt trong lò làm nóng trước trong 2-3 giờ hoặc cho đến khi nhiệt độ bên trong đạt 165°F (74°C).

i) Sau khi chín, để ức vịt nguội trước khi thái mỏng để thưởng thức như giăm bông vịt.

89.Pastrami gà

THÀNH PHẦN:

- 2 ức gà không xương, không da
- $\frac{1}{4}$ chén muối kosher
- 2 thìa đường
- 2 muỗng cà phê hạt tiêu đen, nghiền nát
- 1 muỗng cà phê hạt rau mùi, nghiền nát
- 1 muỗng cà phê hạt mù tạt
- 1 thìa cà phê ớt bột
- $\frac{1}{2}$ thìa cà phê bột tỏi
- $\frac{1}{2}$ thìa cà phê bột hành

HƯỚNG DẪN:

a) Trong một cái bát, trộn muối kosher, đường, hạt tiêu nghiền, hạt rau mùi nghiền, hạt mù tạt, ớt bột, bột tỏi và bột hành.

b) Xoa hỗn hợp lên khắp ức gà, đảm bảo chúng được phủ đều.

c) Cho ức gà vào túi ziplock và để trong tủ lạnh trong 24-48 giờ.

d) Sau thời gian ủ, lấy ức gà ra khỏi túi và rửa sạch dưới nước lạnh.

e) Vỗ nhẹ cho ức gà khô và bọc chặt trong vải thưa hoặc vải muslin.

f) Làm lạnh ức gà đã bọc trong tủ lạnh thêm 24-48 giờ để hương vị phát triển hơn nữa.

g) Sau khi được chữa khỏi, pastrami gà có thể được cắt lát mỏng và thưởng thức trong bánh mì sandwich hoặc như một phần của đĩa thịt nướng.

90. Thịt xông khói Thổ Nhĩ Kỳ

THÀNH PHẦN:

- 2 pound ức gà tây, không da và không xương
- $\frac{1}{4}$ chén muối kosher
- 2 thìa đường
- 1 muỗng canh hạt tiêu đen, nghiền nát
- 1 muỗng canh húng tây khô
- 1 muỗng canh ớt bột xông khói
- 1 thìa cà phê bột tỏi
- $\frac{1}{2}$ thìa cà phê muối hồng (bột Praha #1)

HƯỚNG DẪN:

a) Trong một cái bát, trộn muối kosher, đường, hạt tiêu nghiền, húng tây khô, ớt bột hun khói, bột tỏi và muối chữa bệnh hồng.
b) Xoa hỗn hợp lên khắp ức gà tây, đảm bảo hỗn hợp được phủ đều.
c) Đặt ức gà tây vào túi ziplock và để trong tủ lạnh trong 5 - 7 ngày, lật lại hàng ngày.
d) Sau thời gian ủ, lấy ức gà tây ra khỏi túi và rửa sạch dưới nước lạnh.
e) Vỗ nhẹ cho ức gà tây khô và để khô trong tủ lạnh trong 12-24 giờ.
f) Làm nóng lò ở nhiệt độ 175°F (80°C) hoặc nhiệt độ thấp nhất hiện có.
g) Hút ức gà tây trong lò hun khói hoặc nướng trong lò làm nóng trước cho đến khi đạt nhiệt độ bên trong là 150°F (65°C).
h) Để thịt xông khói gà tây nguội hoàn toàn trước khi cắt lát và sử dụng nó như một hương vị thay thế cho thịt xông khói truyền thống.

91. Xúc xích gà

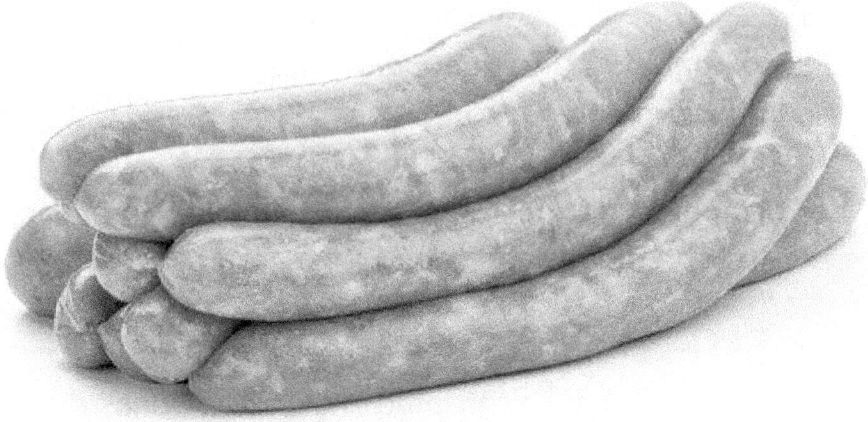

THÀNH PHẦN:

- 2 pound thịt gà xay
- 2 thìa cà phê muối kosher
- 1 thìa cà phê tiêu đen xay
- 1 thìa cà phê ớt bột
- 1 thìa cà phê bột tỏi
- 1 muỗng cà phê húng tây khô
- ½ thìa cà phê xô thơm khô
- ½ muỗng cà phê hương thảo khô
- ½ muỗng cà phê hạt thì là (tùy chọn)
- Vỏ xúc xích tự nhiên (nếu muốn)

HƯỚNG DẪN:

a) Trong một tô lớn, trộn thịt gà xay, muối kosher, tiêu đen, ớt bột, bột tỏi, húng tây, cây xô thơm, hương thảo và hạt thì là. Trộn đều để đảm bảo gia vị được phân bổ đều khắp miếng thịt.

b) Nếu sử dụng vỏ xúc xích tự nhiên, hãy ngâm chúng trong nước ấm theo hướng dẫn trên bao bì để làm mềm chúng.

c) Chuẩn bị dụng cụ nhồi xúc xích theo hướng dẫn của nhà sản xuất. Nếu không có dụng cụ nhồi xúc xích, bạn có thể nặn hỗn hợp xúc xích thành từng miếng chả.

d) Nếu sử dụng vỏ bọc, hãy cẩn thận luồn một đầu của vỏ vào ống nhồi xúc xích, chừa lại một chút phần nhô ra. Đẩy phần vỏ còn lại vào ống, đảm bảo nó được phân bố đều.

e) Nhồi hỗn hợp gà vào vỏ hoặc tạo thành từng miếng chả, đảm bảo loại bỏ hết túi khí và đảm bảo nhân đều. Xoay xúc xích đều đặn để tạo các liên kết riêng lẻ.

f) Nếu sử dụng vỏ bọc, hãy buộc phần cuối của xúc xích bằng dây nhà bếp khi bạn đã đạt được độ dài mong muốn. Nếu làm chả, hãy đặt chúng lên khay nướng có lót giấy da.

g) Nếu định nấu xúc xích ngay, bạn có thể chuyển sang bước tiếp theo. Tuy nhiên, nếu bạn muốn bảo quản xúc xích để tăng thêm hương vị, hãy đặt chúng ở nơi khô ráo, thoáng mát, chẳng hạn như tủ lạnh, trong 24 đến 48 giờ. Điều này sẽ giúp hương vị hòa quyện và xúc xích có hương vị đậm đà hơn. Đảm bảo chừa một khoảng trống giữa các xúc xích để không khí lưu thông.

h) Khi đã sẵn sàng nấu, bạn có thể nướng, áp chảo hoặc nướng xúc xích. Nếu nướng hoặc áp chảo, hãy nấu ở lửa vừa cho đến khi xúc xích chín hoàn toàn, đạt nhiệt độ bên trong là 165°F (74°C). Nếu nướng, hãy làm nóng lò nướng ở nhiệt độ 375°F (190°C) và nướng xúc xích trong khoảng 20-25 phút hoặc cho đến khi chín hoàn toàn.

i) Sau khi nấu chín, hãy dùng nóng xúc xích gà đã chữa khỏi với các món ăn kèm yêu thích của bạn hoặc sử dụng chúng trong các món ăn khác nhau như mì ống, bánh mì sandwich hoặc công thức nấu bữa sáng.

j) Thưởng thức xúc xích gà chữa bệnh tự chế của bạn!

92.gà ngô

THÀNH PHẦN:

- 2 pound thịt gà (chẳng hạn như ức, đùi hoặc nguyên con gà cắt thành từng miếng)
- 4 cốc nước
- ½ chén muối kosher
- ¼ cốc đường
- 2 thìa gia vị ngâm chua (hỗn hợp hạt tiêu, hạt mù tạt, hạt rau mùi, hạt thì là và lá nguyệt quế)
- 2 tép tỏi, băm nhỏ
- 1 thìa cà phê hạt tiêu đen nguyên hạt
- 1 muỗng cà phê hạt mù tạt

HƯỚNG DẪN:

a) Trong một nồi lớn, trộn nước, muối kosher, đường, gia vị ngâm chua, tỏi băm, hạt tiêu đen và hạt mù tạt. Khuấy đều cho đến khi muối và đường tan hết.

b) Cho các miếng thịt gà vào nồi, đảm bảo chúng ngập hoàn toàn trong nước muối. Nếu cần, bạn có thể dùng đĩa hoặc vật nặng đè chúng xuống để giữ chúng chìm trong nước.

c) Đậy nắp và để trong tủ lạnh ít nhất 48 giờ hoặc tối đa 72 giờ để có hương vị đậm đà hơn. Trong thời gian này, thỉnh thoảng lật miếng gà để đảm bảo độ chín đều.

d) Sau thời gian ngâm nước muối, lấy miếng gà ra khỏi nước muối và rửa kỹ dưới nước lạnh để loại bỏ muối và gia vị dư thừa.

e) Đặt gà đã rửa sạch vào nồi lớn và thêm nước sạch vừa đủ ngập gà.

f) Đun sôi nước ở lửa vừa cao, sau đó giảm lửa xuống thấp và đun nhỏ lửa trong khoảng 1 đến 1 tiếng rưỡi hoặc cho đến khi gà chín và mềm. Loại bỏ bọt hoặc tạp chất nổi lên bề mặt trong quá trình nấu.

g) Sau khi chín, lấy gà ra khỏi nồi và để nguội một chút trước khi cắt hoặc dùng.

h) Thịt gà nướng có thể được dùng nóng với các món ăn ưa thích của bạn, chẳng hạn như rau hấp và khoai tây nghiền.

i) Ngoài ra, bạn có thể để nguội hoàn toàn và dùng trong bánh mì sandwich, salad hoặc các món ăn khác.

CÁ VÀ HẢI SẢN ĐẶC BIỆT

93.Gravlax / Gravlax

THÀNH PHẦN:

- 1 pound phi lê cá hồi tươi, còn da
- $\frac{1}{4}$ chén muối kosher
- $\frac{1}{4}$ cốc đường cát
- 2 muỗng canh tiêu đen mới xay
- 1 muỗng canh thì là tươi, xắt nhỏ
- 1 muỗng canh hạt mù tạt
- 1 muỗng canh vodka (tùy chọn)

HƯỚNG DẪN:

a) Rửa sạch phi lê cá hồi và thấm khô bằng khăn giấy.

b) Trong một cái bát, trộn muối kosher, đường, tiêu đen, thì là, hạt mù tạt và rượu vodka (nếu dùng).

c) Đặt phi lê cá hồi vào đĩa nông, úp mặt da xuống và chà đều hỗn hợp muối lên mặt thịt.

d) Đậy đĩa và để trong tủ lạnh trong 24-48 giờ, lật cá hồi một lần trong suốt quá trình xử lý.

e) Sau thời gian ướp, lấy cá hồi ra khỏi đĩa và rửa sạch dưới nước lạnh để loại bỏ muối và gia vị dư thừa.

f) Dùng khăn giấy thấm khô cá hồi và cắt lát mỏng.

g) Phục vụ gradadlax trên bánh mì lúa mạch đen hoặc bánh mì nướng, kèm theo sốt mù tạt và thì là.

94. Tôm chữa bệnh

THÀNH PHẦN:

- 1 pound tôm lớn, bóc vỏ và bỏ chỉ
- $\frac{1}{4}$ chén muối kosher
- $\frac{1}{4}$ cốc đường
- 1 muỗng canh vỏ chanh
- 1 muỗng canh vỏ chanh
- 1 muỗng canh vỏ cam
- 1 muỗng cà phê ớt đỏ nghiền nát

HƯỚNG DẪN:

a) Trong một cái bát, trộn muối kosher, đường, vỏ chanh, vỏ chanh, vỏ cam và ớt đỏ nghiền nát.

b) Trộn tôm vào hỗn hợp muối cho đến khi tôm phủ đều.

c) Đặt tôm đã tẩm gia vị vào một cái đĩa nông và đậy nắp lại.

d) Để trong tủ lạnh khoảng 1-2 giờ, để tôm ngấm gia vị.

e) Sau thời gian ngâm, vớt tôm ra khỏi đĩa và rửa sạch dưới nước lạnh để loại bỏ muối và gia vị dư thừa.

f) Lau khô tôm bằng khăn giấy và dùng lạnh như một món khai vị hải sản tươi mát hoặc món salad.

95. Thịt giăm bông cá hồi

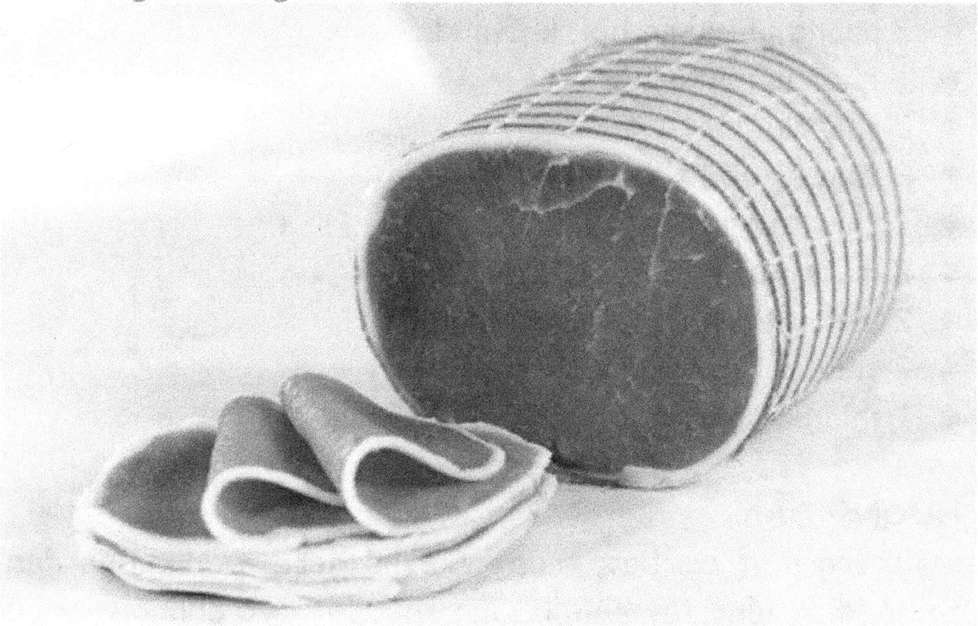

THÀNH PHẦN:

- 2 pound phi lê cá hồi, không da
- ¼ chén muối kosher
- 2 thìa đường
- 2 thìa cà phê tiêu đen xay
- 2 thìa cà phê thì là khô
- 2 muỗng cà phê húng tây khô
- 2 muỗng cà phê hương thảo khô
- 2 thìa cà phê vỏ chanh
- 1 thìa cà phê muối hồng (bột Praha #1)

HƯỚNG DẪN:

a) Trong một cái bát, trộn muối kosher, đường, tiêu đen, thì là khô, húng tây khô, hương thảo khô, vỏ chanh và muối hồng.

b) Xoa hỗn hợp lên khắp phi lê cá hồi, đảm bảo chúng được phủ đều.

c) Cho phi lê cá hồi vào túi ziplock và để trong tủ lạnh trong 24-48 giờ.

d) Sau thời gian ủ, lấy phi lê cá hồi ra khỏi túi và rửa sạch dưới nước lạnh.

e) Lau khô phi lê cá hồi bằng khăn giấy.

f) Làm nóng lò ở nhiệt độ 175°F (80°C).

g) Đặt phi lê cá hồi lên giá lưới đặt trên khay nướng.

h) Nấu phi lê cá hồi trong lò làm nóng trước trong 2-3 giờ hoặc cho đến khi chúng khô và có kết cấu chắc chắn.

i) Sau khi phơi khô, lachsschinken có thể được thái lát mỏng và thưởng thức như một món ngon.

96.Cá mòi chữa khỏi

THÀNH PHẦN:

- 1 pound cá mòi tươi, làm sạch và bỏ ruột
- $\frac{1}{4}$ chén muối kosher
- $\frac{1}{4}$ cốc đường
- 1 muỗng canh vỏ chanh
- 1 muỗng canh vỏ cam
- 1 muỗng canh hạt thì là, nghiền nát
- 1 muỗng cà phê ớt đỏ nghiền nát

HƯỚNG DẪN:

a) Rửa sạch cá mòi và thấm khô bằng khăn giấy.

b) Trong một cái bát, trộn muối kosher, đường, vỏ chanh, vỏ cam, hạt thì là nghiền và mảnh ớt đỏ nghiền.

c) Rắc đều hỗn hợp muối lên cá mòi, phủ đều cả hai mặt.

d) Đặt cá mòi đã tẩm gia vị vào đĩa nông, đậy nắp và để trong tủ lạnh trong 2-3 giờ.

e) Sau thời gian ngâm, lấy cá mòi ra khỏi đĩa và rửa sạch dưới nước lạnh để loại bỏ muối và gia vị dư thừa.

f) Lau khô cá mòi bằng khăn giấy và ướp chúng với dầu ô liu, nước cốt chanh và các loại thảo mộc tươi.

97.Cá thu chữa khỏi

THÀNH PHẦN:

- 2 phi lê cá thu, còn da
- $\frac{1}{4}$ chén muối kosher
- $\frac{1}{4}$ cốc đường
- 1 muỗng canh vỏ chanh
- 1 muỗng canh lá húng tây
- 1 muỗng cà phê hạt rau mùi nghiền nát
- 1 muỗng cà phê hạt tiêu đen, nghiền nát

HƯỚNG DẪN:

a) Rửa sạch phi lê cá thu và lau khô bằng khăn giấy.

b) Trong một cái bát, trộn muối kosher, đường, vỏ chanh, lá húng tây, hạt rau mùi nghiền và hạt tiêu đen nghiền.

c) Xoa đều hỗn hợp muối lên mặt thịt của phi lê cá thu.

d) Đặt phi lê vào đĩa nông, úp mặt da xuống và đậy nắp đĩa.

e) Để trong tủ lạnh trong 4-6 giờ, để cá thu chín và ngấm gia vị.

f) Sau thời gian ngâm, lấy cá thu ra khỏi đĩa và rửa sạch dưới nước lạnh để loại bỏ muối và gia vị dư thừa.

g) Lau khô cá thu bằng khăn giấy và cắt lát mỏng, kèm theo rau ngâm và bánh mì giòn.

98.Sò điệp chữa khỏi

THÀNH PHẦN:

- 1 pound sò điệp tươi
- $\frac{1}{4}$ chén muối kosher
- $\frac{1}{4}$ cốc đường
- 2 thìa vỏ chanh
- 1 muỗng canh vỏ cam
- 1 muỗng canh tarragon tươi, xắt nhỏ
- 1 muỗng cà phê hạt tiêu đen, nghiền nát

HƯỚNG DẪN:

a) Rửa sạch sò điệp và thấm khô bằng khăn giấy.

b) Trong một cái bát, trộn muối kosher, đường, vỏ chanh, vỏ cam, ngải giấm cắt nhỏ và hạt tiêu đen nghiền nát.

c) Rắc đều hỗn hợp muối lên sò điệp, phủ đều các mặt.

d) Đặt sò điệp đã tẩm gia vị vào đĩa nông, đậy nắp và để trong tủ lạnh trong 1-2 giờ.

e) Sau thời gian ngâm, lấy sò điệp ra khỏi đĩa và rửa sạch dưới nước lạnh để loại bỏ muối và gia vị dư thừa.

f) Lau khô sò điệp bằng khăn giấy và dùng sống như món ceviche hoặc nướng nhanh trên chảo nóng để có lớp vỏ caramen.

99.Cá kiếm chữa khỏi

THÀNH PHẦN:

- 1 pound bít tết cá kiếm
- $\frac{1}{4}$ chén muối kosher
- $\frac{1}{4}$ cốc đường
- 2 thìa vỏ chanh
- 1 muỗng canh rau mùi tươi, xắt nhỏ
- 1 muỗng canh hạt thì là, nghiền nát
- 1 muỗng cà phê ớt đỏ nghiền nát

HƯỚNG DẪN:

a) Rửa sạch bít tết cá kiếm và thấm khô bằng khăn giấy.

b) Trong một cái bát, trộn muối kosher, đường, vỏ chanh, ngò xắt nhỏ, hạt thì là nghiền và ớt đỏ nghiền.

c) Xoa đều hỗn hợp muối lên cả hai mặt của miếng bít tết cá kiếm.

d) Đặt miếng bít tết vào một cái đĩa nông và đậy nắp lại.

e) Để trong tủ lạnh trong 4-6 giờ, để cá kiếm ngấm gia vị.

f) Sau thời gian ngâm, lấy cá kiếm ra khỏi đĩa và rửa sạch dưới nước lạnh để loại bỏ muối và gia vị dư thừa.

g) Lau khô cá kiếm bằng khăn giấy rồi nướng hoặc áp chảo đến mức độ chín mà bạn mong muốn.

100. Trứng cá hồi chữa khỏi (Trứng cá muối)

THÀNH PHẦN:

- 1 cốc trứng cá hồi (tươi hoặc đông lạnh)
- $\frac{1}{4}$ chén muối kosher
- $\frac{1}{4}$ cốc đường

HƯỚNG DẪN:

a) Rửa sạch trứng cá hồi trong nước lạnh và thấm khô bằng khăn giấy.

b) Trong một cái bát, trộn muối kosher và đường.

c) Rắc đều hỗn hợp muối lên trứng cá hồi, nhẹ nhàng xoa đều vào trứng.

d) Đặt củ cải đã được chữa khỏi vào thùng chứa và đậy nắp lại.

e) Để trong tủ lạnh trong 24 giờ, để củ cải đông lại.

f) Sau thời gian ủ, lấy củ cải ra khỏi hộp và nhẹ nhàng rửa sạch dưới nước lạnh để loại bỏ lượng muối dư thừa.

g) Dùng khăn giấy thấm khô củ cải và dùng nó làm lớp phủ sang trọng cho món bánh blini, bánh mì nướng hoặc các món hải sản.

PHẦN KẾT LUẬN

Khi chúng tôi kết thúc cuộc hành trình xuyên qua thế giới của những tấm ván và đĩa ăn, chúng tôi hy vọng cuốn sách nấu ăn này đã truyền cảm hứng cho bạn để nâng cao kỹ năng giải trí của mình và tạo ra những món ăn tuyệt đẹp vừa hấp dẫn về mặt thị giác vừa ngon miệng.

Hãy nhớ rằng, vẻ đẹp thực sự của món thịt nướng nằm ở tính linh hoạt và khả năng phục vụ nhiều khẩu vị cũng như sở thích ăn kiêng khác nhau. Đừng ngại thử nghiệm các cách kết hợp, kết cấu và hương vị khác nhau để biến món bánh charcuterie của bạn trở nên độc đáo của riêng bạn. Cho dù bạn đang kết hợp các món đặc sản địa phương, khám phá hương vị quốc tế hay tập trung vào các nguyên liệu theo mùa, hãy để khả năng sáng tạo của bạn tỏa sáng.

Chia sẻ niềm vui tụ tập và ăn uống cùng những người thân yêu, tạo ra những khoảnh khắc kết nối và kỷ niệm xung quanh một bữa tiệc được tuyển chọn chu đáo. Hãy nắm bắt nghệ thuật giải trí và tận hưởng cảm giác hài lòng khi biết rằng những nỗ lực của bạn đã mang lại nụ cười và sự hài lòng cho những người xung quanh.

Cảm ơn bạn đã tham gia cùng chúng tôi trong cuộc phiêu lưu đầy thú vị này. Chúc những buổi tụ tập của bạn luôn tràn ngập tiếng cười, đĩa cơm của bạn luôn ngập tràn hương vị thơm ngon và niềm đam mê giải trí đầy phong cách của bạn tiếp tục nảy nở. Chúc bạn chăn thả vui vẻ và ngon miệng!